अकबर बिरबल

मालिका - भाग ६

चिलखताची पारख

आणि

इतर कथा

मंजूषा आमडेकर

हे पुस्तक **माझं** आहे

मेहता पब्लिशिंग हाऊस

CHILKHATACHI PARAKH ANI ITAR KATHA
by MANJUSHA AMDEKAR

चिलखताची पारख आणि इतर कथा / बालसाहित्य
मंजूषा आमडेकर

संस्थापक : सुनील अनिल मेहता

प्रकाशक : मेहता पब्लिशिंग हाऊस प्रा. लि.,
१९४१, सदाशिव पेठ, माडीवाले कॉलनी, पुणे – ४११०३०.
✆ ०२०-२४४७६९२४
E-mail : production@mehtapublishinghouse.com
Website : www.mehtapublishinghouse.com

मुद्रक : श्री मुद्रा

मुखपृष्ठ व आतील चित्रे : घनश्याम देशमुख

प्रथम आवृत्ती : जुलै २०२१
पुनर्मुद्रण : मार्च, २०२४

किंमत : ₹ २५०

P Book ISBN 9789391151812

चिलखताची पारख

अकबर बादशहाच्या दरबारातले कितीतरी सरदार बिरबलावर सतत खार खाऊन असायचे. कुठल्या ना कुठल्या तरी प्रकारे बिरबलाला त्रास कसा देता येईल हेच ते पाहात असत. त्यातले काही सरदार तर इतके दुष्ट होते की ते इतर सर्वांशीच नीचपणे वागत असत. सलीम आझाद हा अशाच काही सरदारांपैकी एक सरदार. तो लोकांना जुलमीपणानं वागवत असे. एकदा त्याचं एका शिवसेन नावाच्या लोहाराशी पैशावरून भांडण झालं. हा शिवसेन बिरबलाच्या खास मर्जीतला लोहार होता. त्याला कारणही तसंच होतं. तो अतिशय कष्टाळू आणि प्रामाणिक होता. त्यामुळे बिरबलानं त्याला लष्करातल्या प्रमुख वीरांसाठी चिलखतं बनवण्याची खास कामगिरी दिलेली होती.

या एका कारणासाठी तर सलीम आझादचा शिवसेनवर राग होताच. त्यातून त्यानं कमी पैशात शिवसेनकडून चिलखत मिळवण्यासाठी त्याच्यावर अरेरावी केल्यावर शिवसेननं त्याला नकार दिला, म्हणूनही त्याचा त्याच्यावर राग होता. ''एक फालतू लोहारडा, माझ्यासारख्या मोठ्या सरदाराचं ऐकत नाही म्हणजे काय, थांब म्हणावं लेका, तुला चांगलाच धडा शिकवतो...!'' असा त्याच्या मनातून संताप खदखदत असतानाच एके दिवशी त्याच्यासमोर एक नामी संधीही आयतीच चालून आली.

शिवसेननं एक अतिशय मजबूत असं चिलखत तयार केलं. त्याच्या मनात असं आलं, की हे चिलखत प्रत्यक्ष बादशहा करताच योग्य आहे. त्याला जर आपण हे दिलं तर आपल्याला चांगलं घसघशीत इनाम मिळेल. हा विचार मनात येताच तो ते चिलखत घेऊन बादशहापुढे हजर झाला. शिवसेन म्हणाला, ''सरकार, हे इतकं मजबूत आहे, की मला ते खास तुमच्यासाठीच ठेवावं असं वाटलं.' बादशहा ते नीट निरखून पाहात होता.

त्या दिवशी नेमका काही कारणानं बिरबल दरबारात आला नव्हता. सलीम आझादचे डोळे चमकले. दातओठ खात तो मनात म्हणाला, ‘‘सापडलास लेका. आता बघच मी कसा सूड घेतो तुझा ते!’’ पण वरकरणी तो अतिशय गोड आवाज काढून म्हणाला, ‘‘सरकार, हा लोहार फारच कुशल आहे यात काही वादच नाही. प्रत्यक्ष बिरबलानंच त्याला निवडलंय, म्हटल्यावर तर काही बोलायलाच नको खरं तर. पण प्रश्न प्रत्यक्ष बादशहा सलामतांच्या जिवाचा आहे. त्यामुळे मला आपलं वाटतं, की या चिलखताची परीक्षा घेतल्याखेरीज काही निर्णय घेतला जाऊ नये,’’ मग इकडे तिकडे नजर टाकत तो इतर सरदारांना म्हणाला, ‘‘काय मंडळी, बरोबर बोलतोय ना मी?’’

त्यावर त्याच्या इतर पाठीराख्यांनी लगेच माना डोलावून ‘हो ला हो,’ केलं. बादशहानं ते मान्य करताच लगेच सलीम पुढे झाला आणि त्यानं ते चिलखत जमिनीवर ठेवून त्यावर तलवारीचा वार केला. त्यासरशी त्याचे दोन तुकडे झाले. ते पाहून बादशहा चांगलाच खवळला. म्हणाला, ‘‘हे इतकं तकलादू चिलखत तू खास माझ्यासाठी बनवलं होतंस? तुझा नक्की हेतू

काय होता? मी युद्धात जखमी व्हावं, असं वाटत होतं की काय तुला? एवढ्यासाठी तुला खास नोकरीवर ठेवलं होतं का? ते काही नाही, आजपासून तुझी नोकरी संपली आहे. चालता हो.''

शिवसेन बिचारा थरथर कापायला लागला. त्यातच सलीम आझाद आणि इतर दुष्ट सरदारांनी बादशहाच्या रागात भरच घातली. संतापलेल्या बादशहानं शिवसेनाचं काही एक ऐकून न घेता त्याला दरबारातून हाकलून दिलं. दुःखी मनानं तो घरी परत आला. नोकरी तर गेलीच होती. पण दुर्दैवानं पुढे त्याचा धंदाही चालेनासा झाला. कारण सलीम आझादनं त्याची पद्धतशीर बदनामी सुरू केली. त्यामुळे त्याच्याकडून कुणी काही खरेदी करेचना. धंदाच बसल्यावर जगायचं कसं, बायकोपोरांना खायला काय घालायचं? अशा संकटात बिचारा शिवसेन सापडला आणि खचलाच. मग त्याच्या म्हाताऱ्या वडिलांनी त्याला धीर दिला. ते म्हणाले, ''शिवसेना, असा हातपाय गाळून बसू नकोस.

चल, आपण बिरबल महाराजांना भेटूया. ते काहीतरी मार्ग काढतीलच नक्की यावर.'' शिवसेनला ते पटलं. मग दोघं बापलेक बिरबलाकडे गेले आणि त्यांनी त्याला सगळी हकीकत सांगितली. म्हातारा बाप म्हणाला, ''महाराज, काहीतरी युक्ती करा आता. घरी कच्ची बच्ची उपाशी राहायची पाळी आलीय.'' बिरबलानं सगळं ऐकून घेतलं आणि तो म्हणाला, ''यातून मार्ग काढणं मुळीच कठीण नाही. पण तुम्ही दोघंही इतके कुशल कारागीर आहात, पण चिलखत जमिनीवर ठेवून वार केल्यावर त्याचे तुकडे होतातच, ही साधी गोष्ट तुमच्या लक्षात कशी काय आली नाही?''

त्यावर शिवसेन कळवळून म्हणाला, ''महाराज, लक्षात न यायला काय झालं? मी सांगायला तोंड उघडायचा प्रयत्न करतच होतो, पण त्या सलीम आझादांनी डाव साधला. सरकारांना बिथरवलं. मग ते एकदा रागावल्यावर कुणाचं काही ऐकतात होय?'' बिरबलाला ते पटलं. बादशहा चिडल्यावर त्याच्यापुढे कुणाचंच काही चालायचं नाही हे तर खरंच होतं.

मग तो नरमाईनं म्हणाला, “बरं, बरं. असू देत. आता मी सांगतो ती युक्ती कर.” असं म्हणून त्यानं त्याच्या कानात काहीतरी सांगितलं. त्यावर दोघंही बापलेक मोठ्या आनंदानं ते मान्य करून घरी निघून गेले. आणखी आठ दिवसांनी शिवसेन पुन्हा एक नवं चिलखत घेऊन बादशहासमोर हजर झाला. त्याला पाहताच बादशहाच्या कपाळावर आठ्या आल्या. तो म्हणाला, “तू? पुन्हा का आलास?”

शिवसेन अजिजी करत म्हणाला, “सरकार, मला एक संधी द्या. आज मी चांगलं भक्कम चिलखत खास तुमच्यासाठी बनवून आणलंय. पण त्याची परीक्षा तुम्ही स्वतःच करावीत अशी माझी विनंती आहे. कारण सरकार, मी माझं काम मन लावून उत्तम करतो. ते माझं नावच जर धुळीला मिळालं तर जगण्याला तरी काय अर्थ आहे? त्यापेक्षा आपल्या हातून आलेलं मरण पत्करलं.”

असं म्हणून त्यानं आपल्या अंगातला अंगरखा काढून टाकला. आतमध्ये तो ते चिलखत घालून आला होता. तो थेट बादशहाच्या समोर जाऊन उभा राहिला. बिरबलानं बादशहाला आग्रह केला, ''खाविंद, तो इतक्या आत्मविश्वासानं बोलतोय, तर पहा ना आजमावून. स्वत:च्या जिवावर उदार झालाय तो. तेव्हा नक्कीच ते चिलखत मजबूत असणार.''

बादशहाला बिरबलाचं म्हणणं खोडून काढता येईना. तो उठला आणि त्यानं आपली तलवार उपसून शिवसेनाच्या छातीवर जोरात वार केला. शिवसेनानं घातलेल्या चिलखतावर ती तलवार घासली गेली आणि त्यातून ठिणग्या उडाल्या. पण चिलखताला काहीही झालं नाही. शिवसेन हसत हसत उभाच होता. ते पाहून बादशहालाही कौतुक वाटलं आणि आनंदही झाला.

तो म्हणाला, ''शाब्बास, तुझी कारागिरी आणि तुझी दिलेरी... मला दोन्ही पसंत आहे. तुला तुझी नोकरी तर मी परत देतोच आहे, पण आजपासून तू नेहमी करत असलेल्या खास कामासाठी तुला दुप्पट पगार मिळत जाईल. असंच उत्तम काम करत रहा.''

शिवसेन मोठ्या आनंदानं घरी परत गेला. सलीम आझाद आणि त्याच्या दुष्ट मित्र सरदारांची तोंडं काळीठिक्कर पडली. त्याच रात्री शिवसेन आणि त्याचा म्हातारा बाप बिरबलाला भेटायला त्याच्या घरी गेले. त्यांनी आणखी एक मजबूत चिलखत खास बिरबलाकरता बनवून आणलं होतं. ते त्याला भेट म्हणून दिलं.

राजलक्ष्मी

पूर्वीच्या काळी राजारजवाड्यांकडे नोकर चाकर पिढीजात सेवा करत असत. अकबर बादशहाच्या दिमतीलाही असेच काही नोकर होते. त्यात काही म्हातारेही होते. एक राजलक्ष्मी नावाची म्हातारी दासी तिच्या बालपणापासून मुघल सम्राटांकडे चाकरी करत होती. म्हातारपणामुळे तिच्या हातून आता फारसे काम होत नसे. पण त्या काळी नोकरांना आजकालच्या काळासारखं पेन्शन थोडंच होतं? त्यांना तर मरेपर्यंत काम करतच रहावं लागायचं. त्यामुळे राजलक्ष्मीही थकलेली असूनही नोकरी करतच होती.

एकदा तिच्या हातून एक काम बादशहाला हवं तसं झालं नाही. झालं. तेवढ्यावरून बादशहाचं बिनसलं. तो तिरसटून तिला हवं तसं बोलला आणि म्हणाला, ''चालती हो, मला पुन्हा तोंड दाखवू नकोस. उद्यापासून नोकरीवर येण्याची गरज नाही.''

म्हातारी राजलक्ष्मी बिचारी खचलीच ते ऐकून. तिनं खूप गयावया केलं, "सरकार, माफ करा मला. आता या वयात कुठे ठोकरा खात फिरू मी? मला कोण कामावर ठेवून घेणार?"

पण बादशहा इतका संतापलेला होता की त्याला तिची मुळीच दयामाया वाटली नाही. त्यामुळे ती रडत रडत थेट बिरबलाकडे जाऊन पोहोचली. त्याच्या कानावर सगळी कहाणी घालून ती डोळ्यात पाणी आणून म्हणाली, "आता कसंही करून मला नोकरी परत द्या महाराज. नाहीतर मी जगावं कसं?" बिरबलानं तिला धीर दिला. त्याला मनापासून वाईट वाटत होतं. बादशहानं इतकं कठोर व्हायला नको होतं असं त्याला वाटून गेलं. पण इथे आता युक्तीच कामी येणार होती. कारण बादशहाला सरळ सांगून काही पटेलच याची खात्री नव्हती. मग त्यानं तिच्या कानात एक युक्ती सांगितली. त्याबरोबर ती हसत हसत निघून गेली.

दुसऱ्या दिवशी सकाळी बादशहानं उठल्याबरोबर टाळी वाजवली आणि आवाज दिला, ‘‘कोण आहे रे तिकडे?’’

त्यासरशी राजलक्ष्मी पटकन बादशहासमोर जाऊन उभी राहिली आणि खणखणीत आवाजात म्हणाली, ‘‘राजलक्ष्मी हजर आहे सेवेला, तिला जाऊ दे की राहू दे?’’ आता खरं तर तिला समोर पाहून बादशहा नाराजच झालेला होता. पण ‘राजलक्ष्मी’ या शब्दाचा दुसरा अर्थ ‘राज्याचं वैभव किंवा ऐश्वर्य’ असाही होतो. ते जाऊ दे असं स्वत:च्याच तोंडानं कसं काय म्हणायचं? बादशहाचा अगदीच नाईलाज झाला. त्याला दुसरं काय करावं तेच सुचेना. त्यामुळे ओठावर आलेले, ‘चालती हो,’ हे शब्द बादशहानं मोठ्या कष्टानं गिळले आणि तो म्हणाला, ‘‘राजलक्ष्मीला राहू देत.’’ राजलक्ष्मी ते ऐकून गालातल्या गालात हसली आणि कामाला लागली. मनोमन बादशहानं तिच्या चातुर्याला दाद दिली खरी पण त्याला काही राहवेना. त्यानं तिला बोलावून घेतलं आणि विचारलं,

"काय गं, खरं खरं सांग, तुला हे बोलायला कसं काय सुचलं?" तिनंही कसलीही लपवा छपवी न करता सांगितलं, "सरकार, ही युक्ती मला बिरबल महाराजांनी सांगितली."

बादशहा मोठ्यानं हसला. म्हणाला, "तरीच. त्याच्याइतकं चतुर दुसरं कोण आहे या राज्यात?"

दुष्ट बायको

पूर्वीच्या काळी स्त्रिया संपूर्णपणे लहानपणी वडिलांवर, पुढे लग्नानंतर नवऱ्यावर आणि म्हातारपणी मुलांवर अवलंबून असायच्या. त्यांना स्वातंत्र्य नव्हतं. आजच्या आधुनिक काळातल्या स्त्रिया स्वत:च्या पायावर उभ्या असतात, त्यामुळे त्यांना स्वत:ची मतंही असतात. पूर्वी मात्र बायका संपूर्णपणे परस्वाधीन असायच्या. पण बिरबलाच्या काळात दिल्लीमध्ये एक स्त्री मात्र अशी होती की जिला तिचा नवरा वचकून असायचा. कारण ती अतिशय दुष्ट, जहांबाज आणि भांडकुदळ होती. ती नवऱ्याशी इतकी कजागपणे वागायची की नवरा तिच्यापुढे ब्र ही काढू शकत नसे. तो अतिशय घाबरट स्वभावाचा आणि ही महामाया... जोडी अगदी नामांकित होती. लोक खुश्शाल त्या नवऱ्याची खिल्ली उडवायचे. पण तो बिचारा खाली मान घालून ऐकून घ्यायचा. कारण बायकोपुढे त्याचं काही चालायचंच नाही.

ती त्याच्याकडून सगळी कामं करवून घ्यायची, शिवाय येता-जाता बोलायची. फार काय, त्याला रोज नेमानं ती पाच जोडेही मारायची. वर सांगायची, ''अहो, माझ्या घराण्यात नवऱ्याला रोज पाच जोडे मारायची पद्धतच आहे मुळी. मी तरी काय करणार?''

तो नवरा इतका हवालदिल झालेला होता की शेवटी बिरबलाकडे जाऊन थडकला. अक्षरश: गयावया करत तो म्हणाला, ''महाराज, काहीही करा, पण मला या बाईच्या तावडीतून सोडवा. आता मला इतका अपमान सहन होत नाही हो. इतकी वर्ष झेलली कशीतरी. पण आता मुलं वयात आली. जावई, सुनांच्या समोरही मी असाच अपमान सहन करायचा का? आता तुम्ही काही युक्ती केली नाहीत तर जीवच द्यायची पाळी येणार आहे माझ्यावर.'' बिरबलानं त्याला धीर दिला. म्हणाला, ''छे, छे, जीवबिव देऊ नका. आपण करू याचा इलाज काहीतरी.

दोन दिवसांनी मी येईन तुमच्याकडे.'' ते ऐकून तो माणूस मोठ्या आनंदानं घरी परत गेला. तितक्यात कुणीतरी त्या बाईला जाऊन चुगली केली, ''अगं, तुझा नवरा बिरबलाकडे गेला होता म्हणे.'' झालं. बाईचं डोकं फिरलं. नवरा घरी आल्यावर तिनं त्याची अशी बिनपाण्याची केली म्हणता... की ज्याचं नाव ते. तिनं चक्क त्या रात्री त्याला उपाशीच ठेवलं. पण आज नवऱ्याला मुळीच वाईट वाटलं नाही. त्याची खात्री होती, की बिरबलानं आश्वासन दिलंय म्हटल्यावर आपलं काम नक्की होणार, आज नाही तर उद्या! त्या रात्री त्याला उपाशीपोटीसुद्धा छान झोप लागली.

दोन दिवसांनी बिरबल त्याच्या घरी आला. पण ती दुष्ट बाई इतकी लबाड होती की तिनं बिरबलाला इतर काही विषयच काढू दिला नाही. उलट ती त्याला म्हणाली, ''बरं झालं बाई, तुम्ही आज आमच्या घरी आलात. माझी मुलगी लग्नाची आहे. ती खूपच सुंदर आहे. तेव्हा तुम्हीच आमचे जावई का होत नाही?'' आणि तिनं मुलीला फराळाचे पदार्थ घेऊन बाहेर यायला सांगितलं.

बिरबलानं मुलीकडे पाहिलं. ती खरंच खूप सुंदर होती. बिरबलानं तिच्याशी गप्पा मारल्या. ती स्वभावानं वडिलांसारखीच मऊ होती. बिरबल म्हणाला, ''तुमची मुलगी खरंच खूप गुणी आहे. पण माझं तर आधीच लग्न झालेलं आहे. आपण असं करूया, माझा एक मामेभाऊ लग्नाचा आहे. त्याच्याशी मी हिचं लग्न लावून देतो.''

त्यावर ती बाई म्हणाली, ''चालेल की. पण हे पहा, माझ्या घरी नवऱ्याला रोज पाच जोडे मारायची प्रथा आहे. ती मात्र पाळली गेली पाहिजे.'' बिरबल म्हणाला, ''हो का? काही हरकत नाही, त्याचाही प्रथा पाळण्यावर विश्वास आहे, तोही त्याच्या घराण्यातल्या प्रथा पाळतच असतो. तुमचा प्रस्ताव तो आनंदानं मान्य करेल. पण काय हो, ही प्रथा कधीपासून सुरू झाली? किती जुनी आहे?'' त्यावर ती बाई म्हणाली, ''ही प्रथा मीच सुरू केली आहे. फार विचारपूर्वक केली आहे.

माझ्या मुलीवरही तसे संस्कारच केले आहेत मी.'' मोठ्या ठसक्यात तिनं हे उत्तर दिलं. बिरबल गालातल्या गालात हसला आणि निघून गेला. ठरल्याप्रमाणे बिरबलाच्या भावाशी दुष्ट बाईच्या मुलीचं लग्न झालं. मुलीचं लग्न थाटामाटात करून तिची पाठवणी करताना आईनं तिला नवाकोरा जोडा भेट म्हणून दिला. म्हणाली, ''मुली, रोज बिनचुक या जोड्यानं तुझ्या नवऱ्याची पूजा करत जा. म्हणजे तो चांगला धाकात राहील तुझ्या.''

बिरबल ते पाहून म्हणाला, ''मी काय म्हणतो, तुमची मुलगी तुमच्या उपदेशाप्रमाणे वागून नीट संसार करते की नाही, हे पाहायला तुम्हीही महिनाभर तिच्या सासरी राहायला चला ना.''

त्यावर जावयानंही खूप आग्रह केला. ते दुष्ट बाईनं आनंदानं मान्य केलं. मग ती आणि तिचा भित्रा नवरा दोघंही मुलीबरोबर सासरी गेले. बिरबलानं आधीच आपल्या भावाला व्यवस्थित पढवून ठेवलेलं होतं. त्याप्रमाणे त्यानं घरी गेल्यागेल्या एका जाडजूड काठीची पूजा सुरू केली.

त्यानं अगदी मोठा समारंभच ठेवला होता काठीच्या पूजेचा. आपली नवी बायको आणि तिचे आईवडील, सगळ्यांच्या देखत त्या काठीची साग्रसंगीत पूजा करून त्यानं प्रसाद वाटायला घेतला. प्रसाद देताना त्यानं या लोकांना सांगितलं, ''तुमच्या घरी जशी जोडे मारायची पद्धत आहे, तशी माझ्या घरी बायकोला काठीनं बडवायची पद्धत आहे. नवीन लग्न झालेल्या प्रत्येक तरुणाला घरची मंडळी एक नवीकोरी काठी भेट देतात. तशी ती माझ्या आईवडिलांनी मला दिली आहे. आज प्रथमच तिचा वापर करायचा असल्यामुळे रीतीप्रमाणे चांगलं तेलबिल लावून मी तिची पूजा केली. आता मी रोज माझ्या बायकोला या काठीनं पंचवीस फटके मारणार आहे. काय आहे, मी प्रथांचा खूप आदर करतो. त्या मोडता कामा नयेत हो. बाकी काही नाही.'' त्यानं हे सगळं इतकं साळसूदपणानं सांगितलं की त्याची बायको आणि तिचे आईवडील हादरूनच गेले.

त्यांना काय बोलावं तेच कळेना. रात्री नवऱ्याच्या खोलीत गेल्यावर दुष्ट बाईच्या मुलीनं नवऱ्याच्या पाया पडून त्याला विनवलं, "अहो, कोणत्याही नाजूक स्त्रीला इतक्या जाड काठीनं रोज पंचवीस फटके मारणं ही प्रथा फार क्रूर आहे हो. तुम्ही ती पाळू नका ना."

त्यावर बिरबलाचा भाऊ म्हणाला, "पण मग, नवऱ्याला बायकोनं पाच जोडे मारायची पद्धत तरी चांगली आहे का?" त्याच्या बायकोनं ताबडतोब कबूली दिली. म्हणाली, "नाही, नाही, तीही प्रथा चांगली नाहीच आहे. मलाही आवडत नाही. आपण असं करू, तुम्ही मला काठीनं बडवू नका, मी तुम्हाला जोडयानं मारणार नाही."

बिरबलाच्या भावाला तरी काय, तेच हवं होतं. त्यानं लगेचच तिचं म्हणण मान्य केलं. इकडे दुष्ट बायकोला रात्रभर झोप लागली नाही. सकाळी उठून ती जावयाला म्हणाली, "आम्ही काही आता इथे रहात नाही. मुलीच्या सासरी फार राहू नये म्हणतात. तेव्हा आम्ही निघतो."

जावई 'बरं,' म्हणाला. आणि त्यांचा निरोप घेताना त्यानं आणखी एक जाडजूड काठी आपल्या सासऱ्याला भेट दिली. म्हणाला, "सासरेबुवा, आमच्या घरच्या प्रथेप्रमाणे मी ही काठी तुम्हाला भेट म्हणून देतोय. आता तुम्हालाही तुमच्या बायकोला रोज पंचवीस फटके मारावेच लागतील. नाहीतर मी काही तुमच्या मुलीला नांदवणार नाही. घेऊन जा तुम्ही तिला तुमच्या घरी." ते ऐकताच दुष्ट बाईनं आणि तिच्या नवऱ्यानं त्याच्या हातापाया पडून सांगितलं, "असं काही करू नका जावईबापू. आम्ही तुमची प्रथा नक्कीच पाळू." बिरबलाचा भाऊ हळूच हसला आणि त्यानं त्यांना निरोप दिला. ते दोघेही ती काठी घेऊन आपल्या घरी परत आले. घरी आल्यावर दुष्ट बायको लाडात येऊन नवऱ्याला म्हणाली, "अहो, ऐकलंत का? आपण आता आपल्या घरी आलो आहोत. आता ती काठीची प्रथा पाळायची काही गरज नाही आपल्याला." त्यावर बिरबलानं आधीच पढवून ठेवल्याप्रमाणे तिचा भित्रा नवरा तिला म्हणाला, "अगं, असं कसं म्हणतेस? मग जावई सोडून देईल ना आपल्या मुलीला. त्याला कळल्याशिवाय राहणार नाही." पण ते काही ती पटवून घेईना.

मग मात्र त्यानं तिला त्या काठीनं बडवायला सुरूवात केली. चार फटके अंगावर पडल्यावर बाई ताळ्यावर आली.

आपल्या नवऱ्याची त्या दुष्ट बाईनं त्याची खूप मनधरणी केली. मग कसंबसं तिचं म्हणणं मान्य करत तो म्हणाला, ''जर तू तुझी प्रथा मोडणार असशील आणि आजपासून मला जोडे मारणं बंद करणार असशील तरच मी तुला काठीनं बडवणार नाही.'' तिनं ते ताबडतोब मान्य करून टाकलं. बिरबलाची युक्ती सफल झाली. त्यानंतर ती दुष्ट बाई नवरा सांगेल ते सगळं ऐकत त्याच्याशी सुखानं नांदू लागली आणि तोही मोठ्या आनंदानं जगात वावरायला लागला. बिरबलाचे तर त्यानं खास आभारही मानले. 

लबाड न्हावी

एकदा एक लाकूडतोड्या जंगलातून लाकडं तोडून ती विकण्यासाठी शहरात आला. जोरजोरात आवाज देत तो कुणाला मोळी हवी आहे का म्हणून विचारायला लागला. एका न्हाव्यानं त्याला हाक मारली आणि म्हणाला, ''ए, मोळीविक्या, केवढ्याला दिली मोळी?'' तो म्हणाला, ''आठ आण्याला आहे मोळी.'' त्यावर तो न्हावी कुचकटपणे दात काढत म्हणाला, ''अरे लेका, तू काय तुझ्या डोक्यासकट मोळीचा भाव सांगतोस का काय? पण त्या रिकाम्या डोक्याची काय किंमत करायची? फुकटसुद्धा कुणी घेणार नाही.'' त्यावर तो मोळीविक्या खजील झाला. न्हाव्याला गंमत वाटली. तो जरा स्वभावानं नीचच होता. इतरांची क्रूर थट्टा करण्यात त्याला फार मजा यायची. गरीब बिचारा मोळीविक्या म्हणाला, ''मोळीचा भाव सांगितला हो मी.' न्हावी म्हणाला, ''म्हणजे तुझ्या डोक्यावर आहे त्या सगळ्या लाकडांचा ना?'' मोळीविक्या म्हणाला, ''होय, होय.'' न्हाव्यानं खूप घासाघीस करून चार आण्यात सौदा पटवला आणि म्हणाला, 'टाक ती मोळी माझ्या अंगणात.'

न्हाव्याच्या अंगणात मोळी टाकून तो मोळीविक्या पैसे मागायला लागला. त्यावर न्हावी म्हणाला, ''त्या तुझ्या कुऱ्हाडीचा दांडाही दे तेवढा.'' मोळीविक्या चकितच झाला. तो म्हणाला, ''कुऱ्हाडीचा दांडा? तो कसा देणार मी?'' न्हावी म्हणाला, ''ते मला काही माहीत नाही. आपली बोली काय ठरली होती? तू तुझ्या डोक्यावरचं सगळं लाकूड मला देणार होतास.'' मोळीविक्या म्हणाला, ''अहो, पण मोळीचं लाकूड म्हणालो होतो मी. कुऱ्हाडीचं लाकूड कधी बोलीवर लावतात होय? काहीतरी काय सांगायला लागलाय?'' मग त्यावर दोघांचंही भांडणच जुंपलं. खूप गर्दी जमली. मग मोळी विक्या कंटाळून आपली मोळी उचलून जायला लागल्यावर न्हाव्यानं त्याला अडवलं. म्हणाला, ''टाक ती मोळी इथे आणि हे दोन आणे घे आणि चालता हो. तू तुझा शब्द पाळत नाहीस, तर मीही माझा शब्द पाळणार नाही.'' असं म्हणून त्यानं मोळीविक्याला धक्के मारून हाकलून दिलं.

तो बिचारा उदास मनानं घरी परतला. बायकोला सगळी हकीकत सांगितल्यावर ती म्हणाली, ''तुम्ही बिरबल महाराजांकडे दाद मागा. ते नक्कीच काहीतरी करतील.'' त्यालाही ते पटलं आणि त्यानं बिरबलाच्या कानावर सगळी कहाणी घातली. बिरबलानं त्याला एक झकासशी युक्ती सांगितली. बिरबल म्हणाला, ''या युक्तीनं त्या न्हाव्याला चांगली अद्दल तर घडेलच, पण त्याची अशी काही फटफजिती होईल की तो पुन्हा कुणालाही असं गंडवू शकणार नाही.''

त्याच्या सांगण्याप्रमाणे मोळीविक्या आठ दिवस थांबला आणि मग एके दिवशी सकाळी सकाळी त्या न्हाव्याकडे गेला आणि म्हणाला, ''मागचं सगळं झालं गेलं, विसरा आता राव. आज मला आणि माझ्या मित्राला जरा चांगली हजामत करून द्या ना. आम्हाला एका लग्नाला जायचंय. म्हणाल तितके पैसे देतो.'' ते ऐकून न्हाव्याच्या तोंडाला पाणी सुटलं. मनात म्हणाला, 'बरा मासा लागला गळाला.' वरकरणी मात्र म्हणाला, ''जरूर, जरूर.

मी तुझा आणि तुझ्या मित्राची चांगली हजामत करून देईन, पण पैसेही चांगलेच घेईन. प्रत्येकाचे दोन रुपये घेईन मी. कबूल आहे का?'' मोळीविक्या म्हणाला, 'कबूल.' मग न्हाव्यानं त्याची झकास हजामत केली. मग म्हणाला, ''आता तुझ्या मित्राला बोलाव.'' त्याबरोबर त्या मोळीविक्यानं शेजारच्या झाडाला बांधलेलं गाढव सोडवून आणलं. म्हणाला, ''हा बघा आला माझा मित्र. करा याची हजामत.'' ते पाहून न्हाव्याला धक्काच बसला. तो म्हणाला, ''छे, काहीतरीच काय? गाढवाची कुणी हजामत करतं का? मी नाही करणार.'' त्यावर तो मोळीविक्या म्हणाला, ''असं कसं हो? एकदा ठरलं म्हणजे ठरलं. तुम्हाला आता याची हजामत करावीच लागेल. आपली बोलीच तशी ठरली होती.'' दोघांमधला वाद विकोपाला गेला. गर्दी जमली. लोक म्हणायला लागले, ''का रे ए, न्हाव्या? मागच्या वेळी तू त्याला शब्दात पकडलं होतंस ना? तू मोठा शब्दाचा पक्का आहेस ना? मग कर की आता या गाढवाची हजामत. तुला करावीच लागेल.''

मोळीविक्या म्हणाला, "नाहीतर मी तुला नेतो दरबारात शिक्षा करायला.' असं म्हणून त्यानं त्याला बाकीच्या लोकांच्या मदतीनं उचलून बिरबलापुढे हजर केलं. बिरबलानं त्याला निर्णय ऐकवला, 'दिलेला शब्द पाळ, नाहीतर शिक्षा टळणार नाही." आता मात्र न्हाव्याचा नाईलाज झाला. शिक्षा तर टाळायची होती. त्यामुळे त्यानं चुपचाप गाढवाची हजामत करून दिली. आसपास जमा झालेले लोक पोट धरधरून हसत होते. न्हाव्याला अक्षरशः मेल्याहून मेल्यासारखं होत होतं. पण करतो काय? मुकाट्यानं गाढवाची हजामत करून दिली त्यानं आणि आपली धोपटी आवरली.

बिरबल म्हणाला, "बोल, आता तुला किती पैसे हवे आहेत?" न्हावी म्हणाला, "नको सरकार, माझी चूक मला कळली आहे. मी इथून पुढे कुणालाही असं फसवणार नाही. या दोन हजामतींचे मला काहीच पैसे नको आहेत." असं म्हणून तो तिथून चक्क पळून गेला. मोळीविक्यालाही हसू आवरत नव्हतं. त्यानं बिरबलाचे मनापासून आभार मानले.

तेलही गेले, तूपही गेले

हजयात्रेला निघालेल्या एका गरीब विधवा बाईकडे आयुष्यभर पै पै साठवून ठेवलेली थोडीशी संपत्ती होती. यात्रेहून परत येईपर्यंत ती सुरक्षित रहावी म्हणून ती गावातल्या एका साधुबाबांकडे गेली. म्हणाली, ''महाराज, तुमच्या इतका विश्वासू माणूस दुसरा कुणीच नाहीये या गावात. माझं हे धन मी हजयात्रेहून परत येईपर्यंत सांभाळून ठेवाल का?''

त्या साधूनं ते आनंदानं मान्य केलं. तो म्हणाला, ''जा, त्या वडाच्या झाडाखाली नीट खुणेनं तूच पुरून ठेव. मी काही हात लावणार नाही त्याला.'' बाईनं तसं केलं आणि ती साधूबाबांचा निरोप घेऊन निर्धास्त मनानं यात्रेला गेली. काही महिन्यांनी यात्रेहून परत आल्यावर ती साधूकडे धन मागायला गेल्यावर ते म्हणाले, 'तू जिथे ठेवलं होतंस तिथून घेऊन जा.'' पण बाईला काही तिथं ते धन मिळालं नाही. तिनं खूप शोधलं पण शेवटी निराश होऊन ती साधूबाबांकडे गेली आणि म्हणाली, ''अहो, माझं धन गायब झालंय.''त्यावर

त्यानं चक्क कानावर हात ठेवले. म्हणाला, ''मी तर त्याला हातही लावला नाही. मी तुला मागेच तसं बोललो होतो. आता मला काय माहीत ते कुठे गेलं ते? तुझं तू बघ.''

गरीब बाई रडत-रडत घरी आली. तिला शेजाऱ्यांनी बिरबलाकडे जायचा सल्ला दिला. त्याप्रमाणे ती त्याच्याकडे गेली. बिरबलानं तिला छानशी युक्ती सांगितली. तिच्यासोबत त्यानं आपल्या एका नोकराला पाठवलं. नोकराच्या हातात त्यानं एक पेटी दिली. त्यात दागदागिने आणि सोन्याच्या मोहरा घातल्या. आणि दोघांनाही योजना नीट समजावून सांगितली.

मग ठरल्याप्रमाणे साधूबाबांच्या मठात एकटा नोकर आधी पुढे गेला. साधूला नमस्कार करून त्यानं ती पेटी त्यांच्यापुढे उघडी केली आणि तो म्हणाला, ''महाराज, हे धन माझ्या भावाचं आहे. तो यात्रेला गेला तेव्हा त्यानं मला हे सांभाळून ठेवायला दिलं होतं. पण मी नेमका दोन महिन्यांसाठी

लांबच्या गावाला चाललोय, तर तुमच्याकडे ते सुरक्षित राहील म्हणून आणलंय. इथे ठेवू का?'' एवढं धन बघून साधूच्या तोंडाला पाणीच सुटलं. तो म्हणाला, ''जरुर. पण मी काही त्याला हात लावणार नाही. सोनंनाणं आम्हाला मातीसमान आहे. तेव्हा तुम्हीच ते समोरच्या झाडाखाली पुरून ठेवा.'' त्याच क्षणी बाहेरून ती गरीब बाई आली आणि आपलं धन मागायला लागली. साधूबाबा चांगलेच गडबडले. आता नाही म्हणावं, तर हे समोर चालून आलेलं घबाड जाईल. म्हणून मग तो मोठ्या धूर्तपणे म्हणाला, ''अगं, तुझं धन तू त्या दुसऱ्या झाडाखाली पुरून ठेवलं होतंस. आणि तूच विसरलीस.''

बाईनं तिथे उकरून पाहिलं तर खरंच तिचं धन तिला सापडलं. ती मोठ्या आनंदानं ते घेऊन हसत-हसत निघून गेली. जाताना साधुबाबांना म्हणाली, ''तुमचे आभार मानावेत तितके थोडेच आहेत. अगदी छान सांभाळून ठेवलंत बरं का माझं धन.''

तितक्यात आधी ठरल्याप्रमाणे बिरबलाचा दुसरा नोकर आत आला आणि त्यानं पहिल्या नोकराच्या कानात काहीतरी सांगितलं. त्याबरोबर पहिल्या नोकरानं आपली धनाची पेटी बंद केली आणि ती उचलून घेत तो म्हणाला, ‘‘महाराज, हा माझा नोकर आत्ताच सांगत आलाय, की माझा भाऊ यात्रेहून परतलाय आणि त्याला त्याचं धन हवं आहे. चला, बरं झालं, माझ्यावरची जबाबदारी संपली. आता मी शांत मनानं गावाला जाऊ शकेन. बरंय तर, मी तुमचा मनापासून आभारी आहे.’’

असं म्हणून तो नोकर आपली पेटी घेऊन दुसऱ्या नोकरासह चालता झाला. दोघंही बिरबलाकडे परत आले आणि बिरबलाचं धन बिरबलाला त्यांनी परत करून टाकलं. मग सगळी हकीकतही सांगितली. तेवढ्यात ती बाईपण तिथे आली. तिनं बिरबलासाठी घरी केलेले लाडू आणले होते. म्हणाली, ‘‘महाराज, तुम्ही आहात, म्हणून आम्हा गरीबांच कैवार तरी घेतला जातो.’’ तिकडे साधू मात्र चडफडत राहिला. मनात म्हणाला, ‘‘जास्त लोभ केला, यामुळे तेलही गेले आणि तूपही गेले. हाती धुपाटणं घेऊन बसायचं आता रडत.’’

चोरटा दगड

एके दिवशी संध्याकाळी बिरबल दरबारातून घराकडे जायला निघाला होता. वाटेत दिसणाऱ्या सर्व दृश्यांकडे त्याचं बारीक लक्ष असायचं. आसपासची माणसं, घटना सगळ्यांमधले बारकावे त्याच्या चटकन लक्षात यायचे. बिरबल घराच्या दिशेनं पुढे चाललेला होता. नेहमीचा चौक आला. त्या चौकातल्या एका कोपऱ्यात बिरबलाला एक छोटासा मुलगा रडत बसलेला दिसला. पण बाजूनं जाणारी माणसं त्याच्याकडे पाहातही नव्हती. तो बिचारा एकटाच मुसमुसत बसलेला होता.

बिरबल त्याच्याजवळ जाऊन थांबला आणि त्या मुलाच्या पाठीवरून हात फिरवून म्हणाला, ''काय झालं बाळा, का रडतोस?''

तो मुलगा हुंदके देत म्हणाला, ''अहो, मी रोज दिवसभर उन्हातान्हात काम करून वडे बनवतो आणि इथे विकतो. त्यातून मिळणाऱ्या पैशात आमचं घर कसंबसं चालतं.''

बिरबल कौतुकानं म्हणाला, “अरे व्वा, इतक्या लहान वयात इतकी जबाबदारी? फारच गुणी मुलगा आहेस तू.”

तो मुलगा म्हणाला, “अहो, पण लोकांना तसं कुठं वाटतंय? लोकांना माझं कौतुक वाटत असतं तर माझे पैसे चोरीला गेले असते का?” बिरबल चकित होऊन म्हणाला, “तुझे पैसे चोरीला गेले? कधी आणि कसे?” त्या मुलानं पुन्हा दोन हुंदके दिले. मग डोळे पुसून तो सगळी हकीकत सांगायला लागला. तोपर्यंत काय झालं होतं, बिरबलाला ओळखणारी वाटेतली सगळी माणसं काय प्रकार चाललाय ते पाहायला गोळा झाली. तो मुलगा म्हणाला, “मी आज नेहमीसारखे दिवसभर वडे तळून विकले. सगळे वडे संपल्यावर मिळालेले पैसे एका ठिकाणी ठेवून मी सगळं आवरायला म्हणून वळलो. सामान पिशवीत भरून झाल्यावर मी पैसे घ्यायला पुन्हा वळलो तर काय? पैसे गायब.” असं म्हणून तो मुलगा परत रडायला लागला.

बिरबलानं त्याच्या पाठीवरून हात फिरवला आणि म्हणाला, ''शांत हो बरं. रडू नकोस. आपण चोराला शोधूया आणि चांगली शिक्षा करूया. आता जरा नीट आठवून सांग की तू पैसे नेमके कुठे ठेवले होतेस? तू किती पैशाला ते विकलेस आणि किती वडे विकलेस?''

तो मुलगा म्हणाला, ''या इथे, या मोठ्या दगडावर. मी एका पैशाला एक वडा विकतो. आज मी सत्याऐंशी वडे विकले होते, त्यामुळे तितकेच पैसे जमा झाले होते माझ्याकडे. सगळे याच दगडावर ठेवले होते मी.'' बिरबलानं त्या दगडाकडे नीट निरखून पाहिलं. त्या दगडावर तेलाचे डाग पडलेले होते. बिरबलानं मनात विचार केला की, ज्याअर्थी या दगडाला मुलाच्या हाताचं तेल लागलेलं आहे, त्याअर्थी त्याच्या पैशांवरही तेलाचे डाग नक्कीच असणार.

आसपासची गर्दी पण मोठ्या कुतूहलानं पाहात होती की बिरबल चोराला कसा काय शोधून काढणार? गर्दीवरून एक नजर फिरवत बिरबल त्या मुलाला म्हणाला, ''चोर सापडलाय. काळजी करू नकोस.'

तो मुलगा आनंदून म्हणाला, ''तुम्हाला एवढ्यात चोर सापडलासुद्धा? कोण आहे तो?''

बिरबल त्या दगडाकडे बोट दाखवत म्हणाला, ''हा काय, हा दगडच चोर आहे. त्यानंच ढापले तुझे पैसे. आपण त्यालाच शिक्षा करूया.'' तो मुलगा अवाक होऊन त्याच्याकडे पाहातच बसला. मग म्हणाला, ''अहो महाराज, काहीतरीच काय बोलताय? दगड कधी चोरटा असतो का? दगड कधी पैसे चोरतो का? आणि त्याला तुम्ही शिक्षा तरी कशी करणार आणि माझे पैसे तरी मला कसे परत मिळणार? माझं नशीबच फुटकं आहे.'' असं म्हणून तो पुन्हा रडायला लागला. बिरबल म्हणाला, ''अरे, माझ्यावर विश्वास ठेव. आता गंमतच दाखवतो तुला, थांब. मग हसशील खुदकन.''

मग बिरबल एकाएकी त्या दगडाशीच बोलायला लागला. करड्या आवाजात तो दगडाला म्हणाला, ''काय रे, बऱ्या बोलानं कबूल करतोस की नाही, का चोरलेस तू या गरीब बिचाऱ्या मुलाचे पैसे? काय केलं होतं त्यानं तुझं? त्याच्या वड्यांमधलं तेल पितोस ते पितोस, वर पैसेही चोरतोस?'' हा सगळा प्रकार पाहणारा तो मुलगा आणि आसपासची माणसं अवाकच झाली होती. मग मात्र सगळ्यांना असं वाटायला लागलं की बिरबल त्या मुलाची गंमत करतोय.

म्हणून सगळेजण दात काढून खिदळायला लागले. बिरबलानं शिपायाला हुकूम दिला, ''या चोरट्या दगडाला चाबकानं फोडून काढा चांगलं.'' शिपाई काय, हुकुमाचे ताबेदार. त्यांनी चाबूक काढला आणि दगडाला बडवायला सुरूवात केली. त्याबरोबर गर्दीतली माणसं हसून हसून गडाबडा लोळायला लागली. तितक्यात बिरबल कडाडला, ''थांबा शिपायांनो, त्या दगडाला शिक्षा करण्यापूर्वी या सगळ्या हसणाऱ्या माणसांना शिक्षा करायला हवी. त्यांना आपला न्याय हास्यास्पद वाटतोय.''

ते ऐकताच माणसं एकदम चपापली आणि हसायची थांबली. काहीजण घाबरून पळ काढायचा प्रयत्न करायला लागली. पण बिरबलाच्या शिपायांनी चाबूक फडकावून त्यांना अडवलं. बिरबल म्हणाला, ''चला, या सगळ्यांना दरबारात घेऊन चला.'' मग शिपायांनी चाबकाचे फटके लगावत त्या संपूर्ण गर्दीला हाकलत हाकलत दरबारात नेलं. बिरबलानं आपल्यासोबत त्या मुलालाही घेतलं आणि तोही दरबारात आला. तिथे पोहोचल्यावर तो म्हणाला, ''आता या सगळ्यांना प्रत्येकी दहा फटके मारा आणि तुरुंगात डांबा.'' हे ऐकताच ती माणसं चांगलीच घाबरली आणि गयावया करायला लागली, ''महाराज, आम्हाला क्षमा करा. आम्ही पुन्हा न्यायदानाची खिल्ली उडवणार नाही. पण आम्हाला मारू नका आणि तुरुंगातही डांबू नका हो.'' बिरबल म्हणाला, ''ठीक आहे, पण काहीतरी शिक्षा झालीच पाहिजे तुम्हाला. तुम्ही सर्वांनी प्रत्येकी एकेक पैसा दंड भरा. मान्य आहे का? तर सोडतो तुम्हाला.'' सगळ्यांनी मनात विचार केला,

"एक पैसा काही फार नाही, सुटका तर होतेय." मग उघडपणे ते लोक म्हणाले, "आम्हाला मान्य आहे." बिरबलानं एका नोकराला मोठ्या पातेल्यात पाणी तापवून आणायला सांगितलं. मग म्हणाला, "आता तुम्ही रांगेत उभे रहा आणि एकेकानं इथे येऊन या पाण्यात पैसा टाका. आणि मग त्या खांबाशी पुन्हा रांग लावून उभे रहा." त्याप्रमाणे लोक हळूहळू पातेल्याजवळ येऊन पाण्यात पैसे टाकायला लागले आणि खांबाजवळ जाऊन थांबायला लागले. साधारणपणे दहा-बारा माणसांनी पैसे टाकल्यावर त्या पाण्यावर तेलाचा तवंग आला. त्याबरोबर बिरबल जोरात ओरडला, "थांबा, चोर सापडला." "हा मुलगा लहान असला तर याच्याकडून शिकण्यासारखं खूप आहे तुला. इतक्या लहान वयात हा कष्ट करून कुटुंबाचं पालनपोषण करतो. आणि तू इतका सांडासारखा वाढलायस, पण चोऱ्या करताना तुला लाज वाटत नाही? मग त्यानं पैसा टाकून झालेल्या दहा-बारा माणसांची शिपायांना झडती घ्यायला सांगितली.

त्यातल्या एका माणसाच्या खिशात सुट्या पैशाची बरीच नाणी निघाली. ती सगळी बिरबलानं शिपायांकरवी गरम पाण्यात टाकली. तर पाण्यावर तेलाचा मोठ्ठा तवंग आला. त्या माणसाच्या खिशालाही तेल चिकटलेलं होतं. बिरबलानं त्याला खडसावून विचारलं, "आता गुन्हा कबूल करतोस की चाबकानं फोडून काढू तुला?"

तो माणूस थरथर कापत म्हणाला, "मला माफ करा महाराज, मीच चोरले होते या मुलाचे पैसे. मला वाटलं, या बारक्या पोराला काय कळणार?" बिरबल संतापून म्हणाला, त्या मुलाच्या लहान वयाचा आणि गरीबीचा गैरफायदा घेताना काहीच कसं वाटलं नाही तुला? ते काही नाही, तुला जबर शिक्षा झाली पाहिजे. शिपायांनो, याला चांगलं फोडून काढा आणि सहा महिने तुरुंगात डांबा." शिपाई त्या माणसाला घेऊन तिथून निघून गेले.

बिरबलानं त्या मुलाचे पैसे परत दिले आणि म्हणाला, ''उद्यापासून तू शाही बगिच्यात माळीबुवांच्या हाताखाली नोकरी करायला ये. मन लावून काम शिकून घे आणि फावल्या वेळात जमेल तेवढं लिहायला, वाचायला शीक. तू खूप मेहनती मुलगा आहेस, मोठेपणी नाव कमावशील.''

ते ऐकून तो मुलगा आनंदानं रडायलाच लागला. म्हणाला, ''तुम्ही खूप चांगले आहात महाराज.'' बिरबल हसला आणि त्यानं जमलेल्या बाकीच्या गर्दीला तिथून निघून जायला सांगितलं. फक्त त्यांना तो इतकंच म्हणाला, ''या लहान मुलाला तुम्ही सगळेजण रोज पाहताय, तुमच्यापैकी एकालाही विचारावंसं वाटलं नाही का, की तू का रडतोयस? साधी माणुसकीसुद्धा दाखवायला वेळ नाही का तुम्हाला? कधीतरी तुमच्यावरही वेळ येऊ शकते.'' लोक ते ऐकून इतके खजील झाले होते की काही न बोलता मान खाली घालून सगळेजण निघून गेले. बादशहा कौतुकानं बिरबलाला म्हणाला, ''खरंच, किती जागरूक आहेस रे तू? प्रजेच्या हिताची खरी कळकळ आहे तुला.''

खरी आई कोण?

देवकी नावाच्या एका बाईला एक गोंडस मुलगा होता. त्याचं नाव होतं कन्हैय्या. तो इतका गोड होता की आसपासच्या सगळ्यांनाच त्याचा लळा लागलेला होता. कुणीही येऊन पटकन त्याला उचलून घेत, त्याचे लाड करत, खेळायला घेऊन जात. त्यामुळे तो मुलगा चांगलाच धीट झाला होता. नवख्या माणसाकडेही तो आनंदानं रहात असे.

देवकीच्या शेजारीच एक विमला नावाची बाई रहात होती. लग्नाला बरीच वर्षं होऊनही तिला मूलबाळ झालेलं नव्हतं. ती पण या कन्हैय्याला आपल्या घरी खेळवायला घेऊन जायची. त्याला खाऊ-पिऊ घालायची. कन्हैय्याही तिच्याकडे छान राहायचा, रमायचा.

एके दिवशी देवकीच्या माहेरून निरोप आला की तिचे वडील आजारी पडले आहेत. म्हणून तिनं घाईघाईनं दोन दिवस आईच्या मदतीला जायचं ठरवलं. विमला तिला म्हणाली, ‘‘देवकी, तू ये की जाऊन माहेरी, मी कन्हैय्याला सांभाळेन. इतक्या कडक उन्हाळ्यात कशाला प्रवासाला नेतेस त्याला? तुझं माहेर तसं फार लांब नाहीए, दोन दिवसात तु परत येणारच आहेस. राहू देत त्याला माझ्या घरी.’’

देवकीला मनात वाटलं, ‘काय हरकत आहे? मी कामाच्या गडबडीत असणार. याला सांभाळायचा प्रश्न येणारच. विमला माझ्या इतक्या जवळची मैत्रीण आहे, तर कन्हैय्या राहीना का तिच्याकडे दोन दिवस.’’ मग म्हणाली, ‘‘बरं, चालेल. राहू देत तुझ्याकडे.’’

मग ती गावाला जाऊन दोनच दिवसात परत आली. आल्या-आल्या ती धावत कन्हैय्याला घ्यायला गेली. तोही तिला ‘आई, आई,’ म्हणून धावत भेटायला गेला. त्याला कडेवर उचलून ती विमलाला हाक मारून म्हणाली, ‘‘छान सांभाळलस गं माझ्या लेकराला. आता नेते मी त्याला घरी.’’

त्यावर विमला म्हणाली, ‘‘अगं घेऊन कुणाला जातेस? तो माझा मुलगा आहे. ठेव त्याला खाली.’’

क्षणभर देवकी अवाकच झाली. तिला आधी वाटलं, विमला गंमत करतेय. पण ती तर कन्हैय्याला हिसकावूनच घ्यायला लागली. थोड्याच वेळात त्यांच्यात इतकं भांडण जुंपलं की अखेरीस देवकीला दरबारात धाव घ्यावी लागली. बिरबलानं दोघींचं म्हणणं शांतपणे ऐकून घेतलं.

एका नोकराला बोलावून त्यानं त्याच्या कानात हळूच सांगितलं, ''जा, जाऊन माहिती काढून आण, की हे मूल प्रत्यक्षात कुणाचं आहे. याची खरी आई कोण आहे.'' ''नोकर मान हलवून निघून गेला. मग बिरबलानं बऱ्याच प्रकारे त्या दोघींची परीक्षा घेऊन पाहिली. मूल कुणाकडे राहतं ते पाहिलं, तर त्याला दोघींचाही लळा असल्यामुळे ते दोघींकडे सारख्याच आनंदानं जात होतं. त्याच्या सवयी, आवडीनिवडी याबाबतचे प्रश्न बिरबलानं दोघींना वेगवेगळ्या खोल्यांमध्ये नेऊन विचारले. तेही सारखेच निघाले. त्यामुळे तोही गोंधळून गेला.

तितक्यात नोकर आला आणि त्यानं बिरबलाच्या कानात हळूच सांगितलं, ''महाराज, या कन्हैय्याची खरी आई देवकी आहे. विमलाला काहीही मूलबाळ नाहीये.'' बिरबल हसला आणि चुटकी वाजवत म्हणाला, ''हे पहा, आम्हाला याची खरी आई कोण आहे, याचा निर्णय घ्यायला काही वेळ लागेल.

त्यामुळे आमचा असा आदेश आहे की याला पुढील तीन वर्षं सरकारच्या ताब्यात ठेवावं आणि दोन्ही बायकांनी रोज दिवसभर इथे राहून त्याची देखभाल

करावी.'' त्यावर देवकी पटकन म्हणाली, ''चालेल की, घरी मीच तर त्याचं सगळं करते, ते इथे येऊन करेन. परवानगी दिलीत तर त्याच्यासोबत इथे येऊन राहायची पण माझी तयारी आहे.'' पण विमला मात्र नाराज होऊन म्हणाली, ''अहो, इतक्या लांबून रोज इतं यायचं जायचं... मला नसता व्याप पडेल. शिवाय घरची कामं कोण करणार? त्यापेक्षा त्याला तुम्ही खुशाल तीन वर्षं ठेवून घ्या. मग काय तो निर्णय द्या.'' बिरबलानं विमलाला करड्या आवाजात विचारलं, ''आता याची खरी आई कोण आहे, हे सांगतेस की चाबकानं फोडून काढू तुला?'' त्याबरोबर ती रडायलाच लागली. ''महाराज, याची खरी आई देवकीच आहे. मी फक्त शेजारीण आहे. मला मूलबाळ नसल्यामुळे मला याचा मोह झाला. मला सासू-नणंदा बोलतात. शेजारी पाजारी टोमणे मारतात. म्हणून मी याला माझ्याकडे ठेवून घ्यायचं ठरवलं.''

बिरबल तिला रागावून म्हणाला, ''अरे वा, स्वत:ला मूल नाही म्हणून दुसऱ्या बाईचं मूल हिरावून घ्यायचं पाप करायचं ठरवलंस का?

पुन्हा असं केलंस तर चांगली कडक शिक्षा करेन तुला. जा आता. आज सोडून देतोय तुला.'' मग त्यानं देवकीला सांगितलं, ''तू कन्हैय्याला घेऊन घरी जा आता. तो तुझाच मुलगा आहे याची पक्की माहिती मिळालेली आहे आम्हाला. पण आता इतून पुढं जप त्याला.''

देवकी आनंदानं कन्हैय्याला उचलून घेत म्हणाली, ''होय महाराज.''

चोर की शिपाई?

बिरबलाच्या काळात आधुनिक शोध लागलेले नसल्यामुळे सगळ्या गोष्टी जुन्या वळणाप्रमाणे केल्या जात. यंत्रांचा, विजेचा, रेल्वेचा कशाचाही शोध लागलेला नव्हता. त्यामुळे लोक सगळी कामं हातानंच करत. प्रवासाचीही साधनं काही नसल्यामुळे बहुसंख्य लोक पायीच चालत प्रवास करत. अगदीच श्रीमंत लोक असतील तर त्यांना गाडी-घोडी परवडायची. पण बाकी सर्वसामान्य लोक चालतच प्रवास करायचे.

तेव्हाच्या काळी हॉटेलं नव्हती. पण धर्मशाळा असायच्या आणि प्रवासी किंवा व्यापारी तिथेच उतरायचे. पण तिथेही थोडेफार पैसे द्यावे लागायचे. काही गरीब यात्रेकरूंना तेवढाही खर्च परवडायचा नाही. त्यामुळे असे लोक कुठल्याही कुटुंबाकडे जाऊन ‘आसरा मिळेल का’ विचारायचे. लोकही आपल्या घरी अशा यात्रेकरूंना ठेवून घेत, त्यांना खायला प्यायला घालत, अंघोळीची सोय करत आणि झोपायची राहण्याची व्यवस्था करत. असं करून पुण्य पदरात पडतं अशीच सगळ्यांची समजूत होती.

असाच एक गरीब ब्राह्मण यात्रेकरू दिल्लीत आला. पण त्याला कुठल्याही कुटुंबानं ठेवून घेतलं नाही. भर दुपारी बिचारा वणवण फिरला उपाशीपोटी. पण कुठेच आसरा मिळाला नाही. नाईलाजानं तो धर्मशाळेत गेला. पण नेमकी त्या दिवशी इतकी गर्दी होती की तिथेही त्याला जागा मिळाली नाही. आता काय करावं, ते त्याला सुचेना. शेवटी रात्र व्हायला लागल्यावर मोठ्या मिनतवारीनं, हातापाया पडून त्यानं एका कुटुंबात आसरा मिळवला. पण घरमालकानं त्याला स्पष्टच सांगितलं, ''हे बघा, गेल्या काही दिवसात दिल्लीत चोऱ्यांचं प्रमाण वाढलेलं आहे. म्हणूनच लोक हल्ली कुणा अनोळखी माणसाला घरी ठेवून घ्यायला तयार नसतात. इतक्या रात्री तुम्ही कुठे जाल म्हणून तुम्हाला मी भूतदया म्हणून आसरा दिलाय खरा, पण तुम्ही उद्या दुसरीकडे जागा पाहिलीत तर बरं होईल.''

त्या गरीब ब्राह्मण यात्रेकरूनं ते मान्य केलं. जेवण झाल्यावर तो बाहेरच्या खोलीत झोपायला गेला. घरमालकानं आतून कडी लावून घेतली. आपला नित्याचा जप करून देवाचे आभार मानून ब्राह्मण झोपी गेला. मध्यरात्री त्याला काहीतरी खुडबुड होत असल्याचा भास झाला. तो चटकन उठून बसला. तर त्याला अंधारातच एक काळी आकृती एक जड पेटी उचलून नेताना दिसली. ब्राह्मणाच्या मनात आलं, ''अरे, हा तर चोर दिसतोय. पण नाव मात्र आपलं बदनाम होणार.'' म्हणून तो त्या आकृतीला अडवून म्हणाला, ''थांब तिथेच. तुला इथे चोरी करता येणार नाही.''

त्यावर तो चोर म्हणाला, ''अरे मूर्खा, मला अडवण्यापेक्षा स्वत:च्या फायद्याचा विचार कर ना. आपण दोघंजण हे धन अर्धं अर्धं वाटून घेऊया.''

त्यावर तो ब्राह्मण म्हणाला, "छे छे, मला पापाचं धन मुळीच नको आहे. मी गरीब आहे तोच बरा आहे. या घरमालकाचे माझ्यावर उपकार आहेत. मी त्याच्याकडे चोरी होऊ देणार नाही." त्या दोघांमध्ये बरीच बाचाबाची झाली. ब्राह्मण ऐकत नाहीये असं दिसल्यावर तो चोर जोरजोरात 'चोर, चोर, पकडा, पकडा,' असं ओरडायला लागला. त्याबरोबर घरातली माणसं जागी झाली. दिवे लावून पाहतात तर काय, ब्राह्मणाला त्या चोरानं पकडून ठेवलं होतं आणि तो चोर दुसरा तिसरा कुणी नसून राज्याचा शिपाई होता. तो म्हणाला, "हे पहा, चोर सापडला. चला, त्याला दरबारात घेऊन जाऊया." ते ऐकताच ब्राह्मण अवाकच झाला. त्यानं घरमालकाला सत्य सांगायचा प्रयत्न केला. पण त्याच्यासारख्या अनोळखी गरीब यात्रेकरूवर कोण विश्वास ठेवणार? त्यामुळे सगळ्यांनी शिपायालाच साथ दिली. घरमालक जोरात ओरडला, "अरे कृतघ्न ब्राह्मणा, तुला कुणीही ठेवून घेत नसताना मी आसरा दिला,

खायला प्यायला घातलं आणि तू खाल्ल्या घरचे वासे मोजायला निघालास? ते काही नाही, तुला आता सरकारच्या ताब्यात दिलंच पाहिजे. चांगली जबर शिक्षा झाली पाहिजे तुला.''

ते ऐकून ब्राह्मण बिचारा रडायलाच लागला. पण त्याचं कोण ऐकणार? त्याला फरपटत नेऊन तुरुंगात डांबण्यात आलं. दुसऱ्या दिवशी सकाळी त्याला दरबारात बिरबलापुढे हजर करण्यात आलं. बिरबलानं संपूर्ण खटला ऐकला. दोन्ही पक्षांची बाजू लक्षपूर्वक ऐकून घेतली. सगळे साक्षीदार आणि पुरावे ब्राह्मणाच्या विरुद्ध असूनही तो मात्र ठामपणे एकच गोष्ट सांगत होता, ''मी निरपराध आहे. हा शिपाईच चोर आहे. मी त्याला चोरी करू दिली नाही आणि चोरीच्या मालातली वाटणीही नाकारली त्याचा हा सूड उगवतोय.

महाराज, तुम्ही मला काहीही शिक्षा द्या, पण मी ही एकच गोष्ट अखंड सांगत राहीन.'' का कोण जाणे, पण बिरबलाला त्या ब्राह्मणाची बाजू खरी वाटत होती. पण कायद्याला पुरावा लागतो. बिरबलानं पक्की खात्री करून घेण्यासाठी त्या ब्राह्मणाला बरेच प्रश्न विचारले. तो ब्राह्मण खरोखरच शास्त्रसंपन्न आणि ज्ञानी होता. बिरबल स्वतःही ज्ञानी पंडित असल्यामुळे त्याच्या मनाची खात्रीच पटली, की हा चोर नाही. शिवाय तो दिल्लीपासून इतक्या लांबच्या प्रदेशात राहणारा होता, की निव्वळ एक चोरी करण्यासाठी हा इतक्या दूरवर हालअपेष्टा सोसत चालत येईल, हे ही तर्काला पटण्यासारखं वाटत नव्हतं. त्यामुळे बिरबल म्हणाला, ''मी या खटल्याचा निर्णय आठ दिवसांनी देईन. तोपर्यंत या ब्राह्मणाला कोठडीत ठेवा.''

आठ दिवस त्या ब्राह्मणाच्या वागणुकीचा अहवाल तिथला शिपाई येऊन बिरबलाला देत असे. तो म्हणाला, ''हा ब्राह्मण भल्या पहाटे उठतो. स्नान आणि संध्या करून जप करतो, ध्यान करतो, संस्कृत श्लोकांचं पठण करतो. इतर कैद्यांशी नम्रपणे बोलतो. सांगू ते काम विनातक्रार करतो. पण जेवण काही करत नाही. त्याच्या डोळ्यात अखंड पाणी असतं, कसेबसे दोन घास गिळतो आणि पाणी पिऊन आढ्याकडे पाहात पडतो. अधून-मधून डोळे मिटून नमस्कार करत प्रार्थना करतो.

त्याचं वजनही खूप हे सगळं ऐकल्यावर बिरबलाच्या मनात संशयच उरला नाही की ब्राह्मण निरपराध आहे. आता काहीतरी युक्तीच करायला हवी, असं त्याला ठामपणे वाटून गेलं. त्यानं मनात योजना आखली. निकालाचा दिवस उजाडला. दरबारात खूप गर्दी जमलेली होती. कारण इतक्या चोऱ्या करणाऱ्या यात्रेकरूला काय शिक्षा होते हे पाहण्याची सगळ्यांनाच उत्सुकता होती. निरपराध आहे. आता काहीतरी युक्तीच करायला हवी, असं त्याला ठामपणे वाटून गेलं. त्यानं मनात योजना आखली. निकालाचा दिवस उजाडला. दरबारात खूप गर्दी जमलेली होती. कारण इतक्या चोऱ्या करणाऱ्या यात्रेकरूला काय शिक्षा होते हे पाहण्याची सगळ्यांनाच उत्सुकता होती.

दोन शिपाई हातकड्या घातलेल्या ब्राह्मणाला दरबारात घेऊन आले. तितक्यात एक माणूस धावत पळत तिथे आला आणि म्हणाला, ''महाराज, माझा मुलगा तिकडे मुख्य प्रवेशद्वाराशी बेशुद्ध पडलाय. मला तो उचलत नाहीये, कुणीतरी मदतीला आलं तर बरं होईल हो.'' बिरबल म्हणाला, ''त्या ब्राह्मणाच्या हातकड्या काढा आणि त्याला पकडणारा शिपाई आणि तो स्वत:, दोघांनी जाऊन बेशुद्ध पडलेल्या मुलाला झोळीत घालून घेऊन या.'' त्याप्रमाणे शिपाई आणि ब्राह्मण मुख्य प्रवेशद्वाराशी गेले आणि त्यांनी मातीमध्ये बेशुद्ध पडलेल्या मुलाला उचलून दरबारात आणलं. ब्राह्मणाच्या अंगात ताकदच उरलेली नव्हती. आठ दिवस अन्नपाणी फारसं न घेतल्यामुळे त्याच्या अंगात खूप अशक्तपणा आलेला होता. तो कसाबसा लटपटत चालत शिपायाला म्हणाला, ''शिपाई असून चोरी तुम्ही केली आणि मला मात्र नाहक बळी जावं लागतंय. तुम्ही केलेल्या चुकीची शिक्षा मात्र आता मी भोगणार आहे. चांगलं पुण्य जोडलंत बरं!''

त्यावर तो शिपाई त्याला कुत्सितपणे म्हणाला, ''स्वत:ला एवढा ज्ञानी ब्राह्मण म्हणवतोस, पण तुला काडीची अक्कल नाहीये. स्वत:च्या पायावर स्वत:च धोंडा पाडून घेतलास तू. चांगला निम्मा वाटा द्यायला तयार झालो होतो, तर तुला प्रामाणिक बनायचा झटका आला.''

त्यावर तो ब्राह्मण म्हणाला, ''मी काही चूक केलीय असं मला मुळीच वाटत नाही. माझा प्राण गेला तरी चालेल, पण मला आसरा देणाऱ्या भल्या माणसाच्या पाठीत मी खंजीर खुपसण्याचा कृतघ्नपणा कधीच करणार नाही. माझी काळजी देवाला. तोच आता काय ते करेल.'' असं म्हणून तो गप्प बसला. तेवढ्यात दरबार जवळ आलाच. त्या मुलाला त्या दोघांनी बिरबलासमोर खाली ठेवलं. त्याबरोबर तो मुलगा टुणकन उडी मारून उठून उभा राहिला. सगळे लोक, ब्राह्मण आणि तो शिपाई ते दृश्य पाहून चाटच पडले.

बिरबल हसत हसत म्हणाला, ''या मुलाला बेशुद्ध पडल्याचं नाटक करायला मीच सांगितलं होतं. सांग रे, वाटेत काय काय घडलं ते!''

त्या मुलानं ब्राह्मण आणि शिपायामधलं बोलणं मोठ्या आवाजात दरबारातल्या सगळ्या लोकांना ऐकवलं. बिरबल शिपायाला दमात घेऊन म्हणाला, ''आता गुन्हा कबूल करतोस की तुझ्याच चाबकानं तुलाच फोडून काढायचं?'' ते ऐकून त्या शिपायाला घामच फुटला. थरथर कापत तो म्हणाला, ''महाराज, मी कबूल करतो की दिल्ली शहरात गेले काही महिने होत असलेल्या चोऱ्या मीच करत होतो. मी शिपाई असल्यामुळे माझ्यावर कुणालाच संशय यायचा नाही आणि मी अलगद सुटून जायचो. पण आज या प्रामाणिक ब्राह्मणामुळे मी खरोखरच त्याच्यावरच डाव उलटवायचं ठरवलं. याला पकडून दिल्यावर मी चोऱ्या बंदच करणार होतो. म्हणजे मग सर्वांची खात्री पटली असती की खरा चोर हा ब्राह्मणच आहे.''

बिरबलानं त्याची मजबूत खरडपट्टी काढली. म्हणाला, ''अरे, तुला इतक्या विश्वासानं शिपाई म्हणून नेमला तो प्रजेचं रक्षण करण्यासाठी आणि खऱ्या चोरांना पकडण्यासाठी. पण तू स्वत:च गुन्हे करून निरपराध लोकांवर अन्याय करतोस? लाज वाटते का काही स्वत:ची? तुला तर सामान्य गुन्हेगारापेक्षाही जास्त शिक्षा दिली पाहिजे. तुला मी दहा वर्षांचा तुरुंगवास देत आहे. जा, काळं कर थोबाड.''

त्यानंतर मग गरीब ब्राह्मणाकडे वळून तो म्हणाला, ''क्षमा करा, तुम्हाला आठ दिवस तुरुंगवास घडला. पण तो सरकारी कामकाजाचा एक भाग होता फक्त. आता मात्र मी तुम्हाला सन्मानानं मुक्त करतोय.''

असं म्हणून बिरबलानं त्या ब्राह्मणाला द्रव्य, वस्त्रं देऊन त्याचा मान सन्मान केला. घरमालकानंही येऊन ब्राह्मणाची माफी मागितली. म्हणाला, ''क्षमा करा महाराज, मी तुमच्यावर संशय घेतल्याबद्दल. आता माझ्याच घरी चला आणि हवं तितकं रहा.''

ब्राह्मणानं हसून त्याला माफ केलं आणि आकाशाकडे पाहात हात जोडून म्हणाला, ''ईश्वर दयाळू आहे, त्याला सगळ्यांचीच काळजी असते.''

कसं बोलावं?

एके दिवशी अकबर बादशहाला मध्यरात्री झोपेतून दचकून जाग आली. त्याला एक चमत्कारीक स्वप्न पडलं होतं. स्वप्नात त्याला त्याचे एक सोडून सगळे दात पडलेले आहेत, डोक्यावरचे केसही गेले आहेत आणि तो जखखड म्हातारा झालेला आहे असं दृश्य दिसलं. आता खरं तर सर्वच माणसांची वृद्धपणी अशीच हालत होत असते. त्यात दचकून किंवा घाबरून जाण्यासारखं काय होतं? पण तो होता बादशहा. त्याला स्वप्नातही आपल्या मनाविरुद्ध काही घडलेलं आवडलं नाही. त्या दिवशी अस्वस्थ मनानंच तो दरबारात आला आणि त्यानं ताबडतोब राजज्योतिष्यांना पाचारण केलं. म्हणाला, ''माझ्या या स्वप्नाचा अर्थ काय आहे ते सांगा.''

त्या पाच-सहा ज्योतिष्यांनी आपापसात चर्चा केली आणि बादशहाला सांगितलं, ''महाराज, आपल्या स्वप्नाचा अर्थ असा होतो की आपल्या आधी आपले सर्व नातेवाईक मरतील आणि त्या एकच राहिलेल्या दाताप्रमाणे आपण एकटेच मागे उराल.''

ते भविष्य ऐकून बादशहा अतिशय रागावला. दरबारात बसलेल्या बिरबलानं ओळखलं की आता या ज्योतिषांची काही खैर नाही. बादशहा त्यांना काहीतरी शिक्षा देणार नक्की. त्यामुळे तो पटकन उठून म्हणाला, ''खाविंद, या स्वप्नाचा अर्थ सांगायला राजज्योतिषी कशाला हवेत? मीही सांगू शकेन याचा अर्थ. सांगण्याची परवानगी आहे का?''

बादशहा नाराजीनंच म्हणाला, ''बोल बिरबल.'' बिरबल म्हणाला, ''सरकार, आपल्या स्वप्नाचा अर्थ अगदी स्पष्ट आहे. तुम्ही दीर्घायुषी होणार असून तुम्हाला भरपूर ऐश्वर्य उपभोगायला मिळणार आहे.'' ते ऐकून बादशहा खुश झाला. त्यानं ताबडतोब गळ्यातला सोन्याचा हार काढून बिरबलाला भेट दिला. राजज्योतिषी एकमेकांकडे पाहातच राहिले. दरबार संपल्यावर त्यांनी बिरबलाला गाठलं आणि म्हणाले, ''अहो, कमाल झाली. आम्ही तरी वेगळं काय सांगितलं होतं? पण सरकार आमच्यावर नाराज झाले आणि तुम्हाला मात्र बक्षीस मिळालं.''

बिरबल हसला आणि म्हणाला, ''अहो, सरकारांनी मला बक्षीस दिलं ते स्वप्नाचा अर्थ सांगण्याबद्दल नाही. तो तर तुम्ही सांगितलाच होता की. पण त्यांनी मला बोलण्याच्या चातुर्याबद्दल बक्षीस दिलं. एकच गोष्ट, एकच अर्थ, पण सांगण्याची पद्धत मात्र आपली दोघांची वेगळी होती. कारण कसं बोलावं, ही पण एक कलाच आहे, नाही का?''

पाच राजज्योतिषी चेहरा पाडून तिथून निघून गेले. पण सहावा ज्योतिषी मात्र स्वभावानं वेगळा होता. तो अत्यंत नम्रपणे बिरबलाला म्हणाला, 'महाराज, तुमच्या बुद्धिचातुर्याला तोड नाही. तुमच्याकडून शिकण्यासारखं खूप आहे. आज मीपण एक गोष्ट शिकलो. भविष्य कितीही अचूक समजलं, तरी ते सांगताना समोरचा माणूस दुखावला जाऊ नये, या बेतानं कसं सांगावं, आणि सत्यकथन करतानाही ते कुणाच्या मनाला लागणार नाही असं खुबीनं कसं सांगावं, हे मी आज तुमच्याकडून शिकलो. तुमचे मनापासून आभार.'' बिरबल हसला. त्याला त्याचा प्रामाणिकपणा भावला. त्यानं त्याच्या पाठीवर मैत्रीपूर्ण हात ठेवला आणि ते दोघेही गप्पा मारत दरबारातून बाहेर पडले.

लबाड व्यापारी

एकदा अकबर बादशहानं दरबारात सर्वांना एक प्रश्न विचारला. तो म्हणाला, ''सर्वात जास्त लबाड कोण असतं?''

एकजण म्हणाला, ''सरकार, सर्वात जास्त लबाड स्त्रिया असतात. त्यांच्या मनात काय असतं हे कुणीही सांगू शकत नाही. वर-वर त्या गोड बोलतात आणि कधी फसवतात, त्याचा पत्तासुद्धा लागत नाही.'' पण बादशहाला काही ते उत्तर पटलं नाही. तो म्हणाला, ''जगात अशा स्त्रिया आहेत, नाही असं नाही, पण सरसकट सगळ्या स्त्रियांना लबाड म्हणणं योग्य होणार नाही. स्त्रिया खूप आज्ञाधारक आणि सुस्वभावी असतात. त्यांचं हृदय कोमल असतं. त्या सगळ्यांना फसवतात असं म्हणणं पटत नाही.'' मग बऱ्याच जणांनी वेगवेगळी उत्तरं दिली. बादशहाला कोणतंच उत्तर पटलं नाही. शेवटी तो बिरबलाला म्हणाला, ''काय रे, तू गप्प का आहेस? तुझं काय मत आहे?''

बिरबल म्हणाला, ‘‘खाविंद, माझ्या मते व्यापारी लोक सर्वात जास्त लबाड असतात. लबाडी केल्यावाचून ते राहूच शकत नाहीत.’’ बादशहा म्हणाला, ‘‘तू हे सिद्ध करून दाखवू शकशील का?’’ बिरबल म्हणाला ‘‘अगदी सहजपणानं.’’ बिरबलानं ताबडतोब एका नोकराला हाक मारून सांगितलं, ‘‘जा रे, जरा एका मोठ्या वाडग्यात तुरीची डाळ घेऊन ये.’’ मग दुसऱ्या एका नोकराला सांगितलं, ‘‘शहरातल्या दहा मोठ्या व्यापाऱ्यांना दरबारात हजर राहायला सांग, लगेचच.’’

थोड्याच वेळात तुरीची डाळ दरबारात आणण्यात आली. आणखी काही वेळात शहरातले दहा मोठे व्यापारीही दरबारात दाखल झाले. मनातून ते सगळेच जाम सटपटलेले होते. कारण दरबारात हजर राहण्याचं कारण कुणालाही सांगण्यात आलेलं नव्हतं.

सगळेजण भीत भीत बादशहाला कुर्निसात करून एका बाजूला उभे राहिले. बिरबलानं तुरीच्या डाळीचा वाडगा त्या व्यापाऱ्यांच्याकडे दिला. म्हणाला, ‘‘व्यापाऱ्यांनो, या वाडग्यातला पदार्थ नीट पहा, आणि तो काय आहे, त्याचं नाव काय आहे, ते आम्हाला सांगा.’’

पहिल्या व्यापाऱ्यानं तो पदार्थ पाहिला आणि क्षणातच ओळखलं की ही तुरीची डाळ आहे. पण तो मनातून इतका हादरलेला होता की तसं उघडपणे म्हणायची काही त्याची हिंमत झाली नाही. मग आळीपाळीनं सगळ्या व्यापाऱ्यांनी तो वाडगा हातात घेऊन पाहिला. सगळ्यांनाच ती तुरीची डाळ असल्याचं धडधडीत समोर दिसत होतं. पण मनातून सगळेजण विचार करत होते, ‘‘ही तुरीची डाळ आहे हे काय बिरबल आणि बादशहाला कळत नाही की काय? पण ज्याअर्थी ते आपल्याला मुद्दामहून इथे बोलावून विचारतायत, त्याअर्थी नक्कीच काहीतरी गडबड आहे. त्यातून हा बादशहा आहे लहरी. त्याची लहर फिरली तर सरळ तुरुंगात डांबेल आपल्याला.’’

त्यामुळे उघडपणे ते इतकंच म्हणाले, ''हुजूर, आम्हाला जरा विचार करायला वेळ देण्यात यावा.''

बादशहानं त्यांना वेळ दिल्यावर ते सगळेजण शेजारच्या दालनात गेले आणि आपापसात त्यांनी विचार विनिमय केला आणि कोणतंही स्पष्ट उत्तर न देण्याचा त्यांनी निर्णय घेतला. मग बाहेर येऊन त्यांनी बादशहाला सांगितलं, ''सरकार, ही डाळ आहे इतकंच आमच्या लक्षात येतंय, पण कोणती, ते काही कळत नाहीये. कदाचित उडदाची असेल, किंवा मसूराची असेल.'' दुसरा व्यापारी म्हणाला, ''ही हरभऱ्याचीही असू शकते.''

तिसरा म्हणाला, ''की मुगाची आहे? कुणास ठाऊक! काही कळतच नाहीये!'' ही उत्तरं ऐकून बादशहा एकदम भडकला आणि म्हणाला, ''अरे मूर्खांनो, इतकी वर्षं व्यापार करताय, पण तुम्हाला साधी तुरीची डाळ ओळखता येत नाहीये?''

त्याबरोबर सगळे व्यापारी एकमुखानं जोरात ओरडून म्हणाले, ''होय, होय, बरोबर आहे सरकार तुमचं म्हणणं. ही तीच डाळ आहे.'' बिरबल म्हणाला, ''अरे पण, 'तीच' म्हणजे काय? तिला काही नाव आहे की नाही?''

त्यावर व्यापारी म्हणाले, ''नाव आहे की. पण तेच आहे, जे आत्ता सरकारांनी घेतलं होतं.''

बिरबल आणि बादशहानं हर तऱ्हेनं त्यांच्याकडून ते नाव वधवून घेण्याचा प्रयत्न केला, पण एकही व्यापारी आपल्या तोंडातून त्या नावाचा उच्चार करेना. सगळे व्यापारी अत्यंत बनेलपणानं उत्तरं देत राहिले. बिरबल म्हणाला, ''सरकारांनी जे नाव सांगितलं ते तर मी विसरून गेलो, म्हणून तर तुम्हाला विचारतोय ना?'' त्यावर व्यापारी म्हणाले, ''अहो, तीच तर गडबड आहे. नेमके आम्ही पण विसरून गेलो आहोत. सरकारांनीच पुन्हा एकदा सांगितलं तर बरं होईल.'' त्यावर बादशहा नाईलाजानं म्हणाला, ''अरे, दीडशहाण्यांनो, मी तुरीची डाळ नव्हतं का म्हटलं?'' त्यावर सगळे व्यापारी एकमुखानं ओरडले, ''बरोबर, बरोबर, हेच नाव आहे या डाळीचं.''

कशाही प्रकारे विचारलं तरी व्यापारी काही आपल्या तोंडून डाळीचं नाव घेत नाहीत हे पाहून बादशहा वैतागला आणि त्यानं त्या सर्वांना जायला सांगितलं. व्यापाऱ्यांना एकदम हायसं वाटलं आणि त्यांनी तिथून चक्क वेगानं पळ काढला. ते निघून गेल्यावर बिरबल म्हणाला, ''पाहिलंत का खाविंद, आपण कदाचित संकटात सापडू या भीतीपोटी इतक्या साध्याशा प्रश्नाचं उत्तरही व्यापाऱ्यांनी दिलं नाही. दरवेळी नवीन बहाणा सांगितला, पण शेवटपर्यंत काही त्यांनी डाळीचं नाव स्वतःच्या तोंडून उच्चारलं नाही. अगदी तुम्ही दोनदा सांगूनही त्यांनी तेवढा एकच शब्द उच्चारायचा शिताफीनं टाळला.'' बादशहा म्हणाला, ''खरं आहे, यांच्याइतकं लबाड दुसरं कुणी असूच शकत नाही!''

आपला तो बाब्या

रोजच्याप्रमाणे बिरबल आणि बादशहा यमुनेच्या काठी फिरायला गेले होते. वाटेत त्यांना एका सासू आणि सुनेचं कडाक्याचं भांडण जुंपलेलं दिसलं. परत येताना मात्र त्यांना सासू शेजारणीशी गप्पा मारताना दिसली. त्यांचं आपापसातलं बोलणंही या दोघांना ऐकायला येत होतं. सासू म्हणत होती, ''पाहिलंस, माझा मुलगा इतका देखणा आणि गुणाचा आहे, पण त्याचं नशीबच फुटकं आहे. ही असली भांडकुदळ आणि कुरुप बायको मिळाली त्याला. त्याला याहून चांगली बायको मिळाली असती तर बरं झालं असतं.'' ते ऐकून बादशहा बिरबलाला म्हणाला, ''काय रे, सगळ्याच सासवांना असं वाटतं, याचा अर्थ सगळे मुलगे चांगले असतात आणि सुना मात्र वाईट असतात, असा होतो का? कारण सुनेबद्दल चांगलं बोलणारी एकही सासू अजून मी पाहिली नाहीये. शिवाय ती बाईपण मला काही सुंदर वाटली नाही. तिचा

मुलगा देखणा असेल यावर माझा तरी विश्वास बसत नाहीये.'' ते ऐकून बिरबल खो-खो हसत सुटला. म्हणाला, ''छे, छे, अहो, सासू-सुनेचं हे भांडण काही आजचं नाही. युगानुयुगं हे असंच चालू असतं. कारण जगातल्या प्रत्येक आईला आपला मुलगा तेवढा चांगला आहे, असं वाटत असतं.''

बादशहा म्हणाला, ''अरे, ते तू स्वभावाबद्दल किंवा अंगातल्या इतर गुणांबद्दल बोलत असशील. पण रूप तरी डोळ्यांना समोर दिसतं ना? एखादा कुरुप मुलगा त्याच्या आईला देखणा कसा वाटेल?''

बिरबल म्हणाला, ''न वाटायला काय झालं? अहो, आईची नजरच तशी प्रेमळ असते. तिला आपला मुलगा काळाकुट्ट आणि शेंबडा असला तरी तो गोंडस वाटतो. म्हणून तर म्हणतात ना, की, 'आपला तो बाब्या...'?'' बादशहाला काही ते पटलं नाही. मग बिरबल म्हणाला, ''मी उद्याच तुम्हाला माझं बोलण्यातला खरेपणा पटवून देतो.''

बादशहाच्या खाजगी रक्षकांपैकी एकजण अत्यंत कुरुप होता. त्याला हाक मारून बिरबलानं जवळ बोलावलं आणि बादशहासमोरच आज्ञा केली, "उद्याच्या उद्या दरबारात सर्वात सुंदर मुलाला घेऊन ये. त्याच्याइतका देखणा मुलगा आख्ख्या दिल्लीत दुसरा कुणी असता कामा नये. आणि नाही घेऊन आलास, तर तुझी नोकरी गेली म्हणून समज."

ते ऐकताच तो रक्षक बिचारा सटपटला. आपलं काय चुकलं म्हणून आपल्याला असं सांगण्यात आलं आहे तेच त्याला कळेना. तो संध्याकाळी घरी गेला ते तोंड पाडूनच. बायकोनं विचारलं, "का हो, काय झालं? इतके दु:खी का दिसता आहात?"

त्यावर तो रक्षक म्हणाला, "अगं, मला उद्या सर्वात सुंदर मुलाला घेऊन यायची आज्ञा झाली आहे. दिल्लीतल्या सर्वात सुंदर मुलाला मी उद्या बादशहासमोर हजर केलं नाही, तर माझी नोकरी जाणार आहे."

हे ऐकल्यावर बायको हसून त्याला म्हणाली, ''हात्तीच्या, इतकंच ना? मग त्यात काहीच कठीण नाही. आपला सोन्या नाही का सुंदर? त्याच्याइतका गोंडस मुलगा माझ्या तरी पाहण्यात दुसरा कुणीही नाही. तुम्ही काही काळजी करू नका. मी उद्या त्याला चांगलं तेल लावून अंघोळ घालते. छानसे कपडे घालून, तीट लावून तयार ठेवते. तुम्ही त्यालाच हजर करा बादशहासमोर.'' रक्षकाला ते एकदम पटलं. तो आनंदानं झोपी गेला. सकाळी उठून तयार होऊन बसलेल्या आपल्या मुलाला घेऊन तो बादशहापुढे हजर झाला. म्हणाला, ''हे पहा सरकार, याच्याइतका सुंदर मुलगा आख्ख्या दिल्लीत शोधूनही सापडणार नाही.''

आता खरं तर तो मुलगा आपल्या बापाच्याच वळणावर गेलेला होता. म्हणजे त्याच्याइतकाच कुरुप होता. पण तो रक्षक मात्र त्याच्याकडे कौतुकानं पाहात होता. ते पाहून बादशहाला गंमतच वाटली. तो म्हणाला, ''पण तुला असं कुणी सांगितलं?'' त्यावर तो रक्षक पटकन म्हणाला, ''अहो, मला हे माझ्या बायकोनं, म्हणजे या माझ्या मुलाच्या आईनंच सांगितलं.''

ते ऐकल्यावर बिरबल आणि बादशहानं एकदमच एकमेकांकडे पाहिलं. दोघांनाही हसू फुटलं. बादशहा त्या रक्षकाला म्हणाला, "तुझ्या बायकोनं तुला बरोबर सांगितलं. तू आता याला घरी पाठवलंस तरी चालेल, तुझी नोकरी शाबूत आहे. काळजी करू नकोस." आणि बादशहानं दुसऱ्या नोकाराला त्या मुलाला खाऊ आणि खेळणी द्यायची आज्ञा केली.

तो रक्षक मोठ्या आनंदानं आपल्या मुलाला घेऊन तिथून निघून गेला. तो गेल्यावर बादशहा बिरबलाला म्हणाला, "खरं आहे बाबा तुझं म्हणणं. आईला आपला मुलगा सर्वात सुंदर वाटतो, यात काही शंकाच नाही." 

उत्कृष्ट मूर्ती

अकबर बादशहाच्या दरबारात दूरदूरून कलाकार मंडळी येत असत. आपल्या कलेचं बादशहासमोर प्रदर्शन करून शाबासकी आणि इनाम मिळवणं हाच त्यामागचा हेतू असायचा. असाच एकदा एक मूर्तिकार बादशहाच्या दरबारात आला. त्यानं तीन एकसारख्या दिसणाऱ्या मूर्ती आणल्या होत्या. तो म्हणाला, “सरकार, या तीनही मूर्ती दिसायला एकसारख्या असल्या तरी त्यांच्यात खूप मोठा फरक आहे. आपल्या दरबारात खूप विद्वान मंडळी आहेत, असं मी ऐकून आहे. या मूर्तींच्या गुणांची पारख करणारा कुणी पुढे आला आणि त्यानं हा फरक ओळखून दाखवला तर मला खूप आनंद होईल. कारण लोक नुसतंच वर वर पाहून ‘वा वा, छान,’ असं म्हणतात. पण माझं कसब काय आहे, ते नेमकं कुणाच्या लक्षात येत नाही, त्यामुळे माझ्यातल्या कलावंताचं समाधान होत नाही.

मूर्तिकारानं ते मान्य केलं. मग बादशहासकट सर्वांनी त्या मूर्ती जवळ जाऊन नीट पाहिल्या. पण कुणालाच त्यातला फरक ओळखता आला नाही. सगळेजण गोंधळून गेले. कारण त्या तीनही मूर्ती अगदी हुबेहूब एकसारख्या दिसत होत्या. बादशहाला काय करावं ते सुचेना. आज नेमका बिरबलही दरबारात आलेला नव्हता. थोडा वेळ असाच मूर्तींचं निरीक्षण करण्यात गेला आणि तितक्यात बिरबल दरबारात हजर झाला. उशीरा का होईना, तो दरबारात आलाय, हे पाहून बादशहाला अगदी हायसं वाटलं. कारण आता दरबाराची प्रतिष्ठा त्याच्याच हातात होती. आल्या आल्याच बिरबलासमोर हा कूटप्रश्न मांडण्यात आला.

त्यानं जराही विचलित न होता शांतपणे त्या तिन्ही तुमच्या दरबारात असा खराखुरा गुणग्राहक आणि रसिक माणूस आहे का? जो कुणी मला यातली उत्कृष्ट मूर्ती ओळखून दाखवेल त्याला मी ती बक्षीस देईन.'' त्यावर बादशहा हसला आणि म्हणाला, ''नक्कीच आहे. पण त्यासाठी आम्हाला सर्वांनाच या तीनही मूर्ती जवळून पाहण्याची संधी मिळायला हवी.'' मूर्ती एक एक करून हातात घेऊन सगळीकडून नीट निरखून पाहिल्या. तपासणी करताना त्याच्या लक्षात आलं की या तीनही मूर्तींच्या कानात आणि तोंडात काही छिद्र आहेत. पण ती छिद्र काही एकसारखी नव्हती. कमीजास्त होती. मग त्यानं एक काडी घेतली. एका मूर्तीच्या कानात ती काडी घातली त्याबरोबर ती त्या मूर्तीच्या तोंडातून बाहेर आली. मग त्यानं दुसऱ्या मूर्तीच्या कानात काडी घातली. ती त्या मूर्तीच्या दुसऱ्या कानातून बाहेर पडली. मग

तिसऱ्या मूर्तीच्या कानात त्यानं काडी घातली. ती मात्र मूर्तीच्या थेट पोटात गेली.

बिरबल म्हणाला, ''सरकार, ही तिसरी मूर्ती सर्वात उत्कृष्ट आहे.''बादशहा म्हणाला, ''हे तू कशावरून ठरवलंस? कारण आम्हाला सर्वांनाच या तिन्ही मूर्ती एकसारख्याच वाटल्या.''

बिरबल हसला आणि म्हणाला, ''खाविंद, या मूर्ती म्हणजे मनुष्यस्वभावाचं प्रतीक आहेत. आदर्श माणसानं कसं असावं आणि कसं असू नये, हे या मूर्ती सांगतात.'' ते ऐकून बादशहा आणि इतर सगळे दरबारी जास्तच गोंधळून गेले. बादशहा म्हणाला, ''आणखी स्पष्ट करून सांग बरं.''

बिरबल म्हणाला, ''सरकार, या पहिल्या मूर्तीच्या कानात घातलेली काडी तोंडातून बाहेर पडली. याचा अर्थ ही मूर्ती किंवा अशा स्वभावाची व्यक्ती कोणतंही रहस्य गुप्त राखू शकत नाही. सांगितलेली गोष्ट बोलून मोकळी होते, त्यामुळे महत्त्वाच्या कार्याचा नाश होतो.

दुसऱ्या मूर्तीच्या एका कानात घातलेली काडी दुसऱ्या कानातून बाहेर पडली. म्हणजे अशा स्वभावाचा माणूस सांगितलेलं कोणतंही काम एका कानानं ऐकतो आणि दुसऱ्या कानानं सोडून देतो. अशा माणसाकडे कोणतंही जबाबदारीचं काम सोपवताच येणार नाही. पण तिसऱ्या मूर्तीच्या मात्र कानात घातलेली काडी सरळ पोटात गेली. याचा अर्थ, अशा स्वभावाचा माणूस सांगितलेलं नीट लक्षात घेतो. त्यावर कृतीही करतो. जबाबदारी किंवा कर्तव्य नीट पार पाडतो. आणि सांगितली गेलेली गोष्ट गुप्त असेल तर ती उघड न करता त्याची गुप्तता राखतो. माणसानं असंच असावं, या तिसऱ्या मूर्तीसारखं आदर्श.'' हे ऐकताच बादशहानं, त्या मूर्तीकारानं आणि दरबारातल्या लोकांनी बिरबलाची एकमुखानं प्रशंसा केली.

मूर्तिकार म्हणाला, ''सरकार, मी आजवर इतक्या राजांच्या दरबारात फिरलो, पण इतका हुशार माणूस मी दुसरीकडे कुठेही पाहिला नाही. आज मला माझ्या कलेचं खरंखुरं चीज झाल्यासारखं वाटलं. जर आपली परवानगी असेल तरी मी बिरबल महाराजांना ही उत्कृष्ट मूर्ती भेट म्हणून देऊ इच्छितो.'' बादशहा म्हणाला, ''जरूर, जरूर. मी ही बिरबलाला हा रत्नहार भेट देतो. हा बिरबल आमच्या दरबाराची शानच आहे.''

असं म्हणून बादशहानं बिरबलाला रत्नहार भेट देत त्याची पाठ थोपटली आणि त्या मूर्तीकारालाही घसघशीत इनाम दिला. मूर्तिकार मोठ्या समाधानानं दरबारातून बाहेर पडला. पुढे तो जिथे जाईल तिथे बिरबलाचं तोंड भरून कौतुक करत राहिला.

बिरबलावर खटला

बिरबलानं केलेल्या मूर्ती परिक्षेमुळे बादशहा खूपच भारावून गेला होता. तो बिरबलाला म्हणाला, ''बिरबल, तूही त्या उत्कृष्ट मूर्तीसारखाच आदर्श आहेस. आमच्या दरबाराची प्रतिष्ठा राखण्यात तुझा हात कुणी धरूच शकणार नाही. तुझ्याकडे सगळ्याच प्रश्नांची उत्तरं असतात. तुझ्या वागण्यातही काहीही खोट नाही.''

बिरबल हसला आणि विनम्रपणानं म्हणाला, ''खाविंद, तुम्हाला असं वाटतं, हा तुमच्या मनाचा मोठेपणा झाला. पण मीही एक माणूसच आहे आणि प्रत्येक माणसाच्या हातून चुका या होतातच. माझ्याही हातून चुका होतच असतात. पण मी त्यातून शिकतो आणि ती चूक पुन्हा हातून घडणार नाही याची काळजी घेतो.''

बादशहा म्हणाला, “एरवीचं ठीक आहे. पण जर तुझ्या हातून कधी गंभीर चूक घडली तर? तुझा न्यायनिवाडा कसा करायचा? कुणालाही पक्षपात झाला असं वाटू नये, याकरता काय करायचं?”

त्यावर बिरबल म्हणाला, “अशा वेळी माझ्यावर खुशाल खटला चालवण्यात यावा. फक्त मी जे पंच नेमेन त्यांनीच माझा खटला चालवावा आणि न्यायदान करावे, एवढी माझी विनंती तुम्ही मान्य करावी. नाहीतर अशा संधीचा गैरफायदा घेणारी काही मंडळी आपल्या दरबारात आहेत हे तुम्हाला माहीतच आहे.” बादशहानं त्याचं म्हणणं मान्य केलं. कारण त्याला माहीत होतं की दरबारात बिरबलाचा द्वेष करणारे सरदार आहेत आणि ते विनाकारण बिरबलावर सूड घेऊ शकतील.

यानंतर काही दिवस गेले. बेल फुलाला गाठ पडावी, तशी बिरबलाच्या हातून खरोखरच एक गंभीर चूक घडली. त्यानं ती अर्थातच जाणून बुजून केलेली नव्हती. नकळत घडलेली चूक होती ती. तरीपण चूक ती चूकच. त्याचा न्यायनिवाडा होणं गरजेचं होतं.

बादशहा म्हणाला, ''बिरबल, मला नाईलाजानं तुझ्यावर खटला चालवावा लागेल. तुलाही मिळेल ती शिक्षा भोगावीच लागेल. नाहीतर लोकांचा माझ्या न्यायदानावरचा विश्वास उडून जाईल.''

बिरबल म्हणाला, ''मी तुमच्याशी सहमत आहे खाविंद. फक्त मला एकच आठवण करून द्यायची आहे की, मागच्या वेळी हा विषय निघालेला असताना तुम्ही मला माझ्या पसंतीचे पंच नेमण्याचं वचन दिलं होतं.'' बादशहाच्याही ते लक्षात होतं. त्यानं बिरबलाची ती विनंती मान्य केली.

बिरबलानं एक चांभार, एक लोहार, एक सुतार, एक तांबट आणि एक लाकूडतोड्या अशा पाच माणसांना बोलावून घेतलं. बादशहा त्याची निवड ऐकून बुचकळ्यात पडला. तो म्हणाला, ''हे काय रे बिरबल, या तळागाळातल्या, अशिक्षित लोकांना पंच म्हणून का बोलावलंस? चांगले शिकले सवरलेले विद्वान पंडित तरी बोलवायचेस.'' त्यावर बिरबल म्हणाला, ''सरकार, शहाणपण हे काही विशिष्ट वर्गातल्या लोकांपुरतंच मर्यादित नसतं. आणि नुसत्या पुस्तकी पांडित्याचाही काही उपयोग नसतो. जगातलं व्यावहारिक शहाणपण कितीदा तरी श्रेष्ठ ठरतं.''

बादशहाला ते शंभर टक्के पटलं नाही. पण त्यानं बिरबलाला वचन दिलं होतं. त्यामुळे ते पाळण्याकरता म्हणून त्यानं पंच म्हणून या पाच जणांना मान्यता दिली. पाचही जण दरबारात आल्यावर बिरबलानं त्यांना अत्यंत आदरपूर्वक आसनांवर बसवलं आणि न्यायदान करण्याची विनंती केली. आता ही सगळीच मंडळी बिरबलाला ओळखत होती. या सर्वांनाच बिरबलानं कधी ना कधीतरी मदत केली होती. त्यामुळे त्यांच्या मनात बिरबलाविषयी कृतज्ञता तर होतीच. शिवाय त्याच्या हुशारीमुळे आदरभावही होता. त्यातून त्यांच्यासारख्या तळागाळातल्या माणसांना एकदम इतका मोठा मानसन्मान मिळाल्यामुळे ती चांगलीच भारावूनही गेलेली होती. मग खटल्याला सुरूवात झाली. आधी बिरबलाच्या चुकीची सुनावणी झाली.

त्यावर या पाच पंचांनी नीट विचार केला. मग त्यातला सुतार म्हणाला, ‘‘बिरबल महाराजांच्या हातून घडलेली चूक गंभीर आहे यात काही शंकाच नाही. त्यांना दोनशे रुपये दंड व्हावा असं मला वाटतं.’’ त्यावर लोहार म्हणाला, ‘‘नको हो, दोनशे नको, दीडशे पुरे होतील.’’ ते ऐकल्यावर तांबट म्हणाला, ‘‘मी तर म्हणेन शंभर खूप झाले.’’ त्यावर चांभार म्हणाला, ‘‘काहीतरीच काय? शंभर काय करायचेत? पन्नास रुपयेच करा दंड.’’ ते ऐकून लाकूडतोड्या म्हणाला, ‘‘तुम्ही सगळेजण अवाच्या सवा रक्कम सांगताय. चूक गंभीर असली तरी इतकीही गंभीर नाहीये. शिवाय बिरबल महाराज जाणूनबुजून चूक करणाऱ्यातले नक्कीच नाहीत. नकळत घडलेली चूक आहे. आणि त्यांनी ती चूक प्रामाणिकपणे कबूल करून शिक्षाही भोगायची तयारी दाखवलीय.

तेव्हा माझ्या मते त्यांना पंचवीस रुपये दंड पुरेसा होईल.'' त्यावर इतर सर्वच पंचांनी मान्यता दिली. सर्वानुमते पंचवीस रुपये दंड भरण्याची शिक्षा बिरबलाला ठोठावण्यात आली. आता खरं म्हणजे बिरबलाला दोनशेच काय, दोन हजार रुपयेही दंड म्हणून हसत-हसत भरता आले असते. पण त्या बिचाऱ्या गरीब कामकऱ्यांच्या दृष्टीनं पंचवीस रुपयेही खूप मोठी रक्कम होती.

पण ती शिक्षा मान्य करून बिरबलानं लगेच तो दंड भरूनही टाकला आणि सर्व पंचांना आदरपूर्वक आभार मानून जाण्याची परवानगी दिली. पंचही इतका मान दिल्याबद्दल बिरबलाचे आभार मानून आनंदानं घरी निघून गेले.

हा सगळा प्रकार शांतपणे पाहात असलेल्या बादशहाला एकदम हसू फुटलं. तो म्हणाला, ''बिरबला, तुझ्यासारखा चतुर तूच आहेस. स्वत:चा न्यायही केलास आणि कमीत कमी शिक्षेत स्वत:ची सुटकाही करून घेतलीस.'' बिरबल फक्त हसला गालातल्या गालात.

आहे अन् नाही

अधून मधून रोजच्या दरबारी कामातून विरंगुळा म्हणून बादशहाला दरबारात बौद्धिक प्रश्न निर्माण करून त्यावर चर्चा करत बसायची फार आवड होती. त्यातून सगळ्यांच्या बुद्धीला खाद्यही मिळत असे आणि करमणूक होत असे. शिवाय अशा सर्वच प्रसंगांमधून बिरबलाचं निर्विवाद चातुर्य प्रकट व्हायचं ते वेगळंच.

अशाच एका प्रसंगी बादशहानं दरबारात सगळ्यांना चार कूट प्रश्न विचारले. बादशहा म्हणाला, ''तुमच्यापैकी जो कुणी हे चारी कूट प्रश्न सोडवेल त्याला मी एक हजार सुवर्णमुद्रा बक्षीस देईन.'' इनाम तर चांगला घसघशीत होता. सगळेजणच उत्सुकतेनं सरसावून ऐकायला बसले.

ते प्रश्न असे होते :

१. असं काय आहे, जे आत्ता तर आहेच, पण नंतरही असणार आहे?

२. जे आत्ताही नाही आणि नंतरही नसणार आहे ते काय आहे?

३. आत्ता जरी नसलं, तरी नंतर असणार आहे, असं काय आहे?

४. असं काय आहे, जे आत्ता आहे, पण नंतर असणार नाही?

झालं. हे चार कूट प्रश्न ऐकून प्रत्येकाचं डोकंच गरगरायला लागलं. कुणालाही काहीही सुचेना. बराच वेळ सगळ्यांनी खूप डोकी खाजवली, काथ्याकूट केला. काही जणांना एखाद्या प्रश्नाचं उत्तर सुचलं. पण ते बादशहाला काही पटलं नाही. पण चारी प्रश्नांची ठोस अशी सर्वांना पटण्यासारखी उत्तरं कुणीच देऊ शकलं नाही. शेवटी सगळ्यांनी हार मानली.

सरतेशेवटी बादशहा बिरबलाला म्हणाला, ''बिरबल, आज तुलाही काही उत्तर सुचत नाही वाटतं?'' त्यावर बिरबल म्हणाला, ''मला चारी प्रश्नांची उत्तरं येतात सरकार. पण तुम्हाला ती जाणून घ्यायची असतील तर तुम्हाला वेषांतर करून माझ्यासोबत यावं लागेल.''

बादशहानं ते आनंदानं मान्य केलं. साधा वेष धारण करून ते दोघे नगरात फिरायला लागले. बिरबलानं बादशहाला सर्वप्रथम एका विद्वान, श्रीमंत ब्राह्मणाकडे नेलं. त्यानं या दोघांचं उत्तम प्रकारे स्वागत केलं. बिरबल त्याला म्हणाला, ''महाराज, मी अत्यंत निर्धन असा एक ब्राह्मण आहे. माझ्या हुशार मुलाला वेदविद्या शिकायची फार इच्छा आहे. पण त्यासाठी तीन हजार रुपये खर्च येणार आहे. तो काही मला झेपण्यासारखा नाही. तर तुम्ही मला मदत करू शकता का?'' त्या ब्राह्मणानं मोठ्या आनंदानं तयारी दर्शवली. तो म्हणाला, ''इतक्यात चांगल्या कामाकरता तीनच काय, पण दहा हजारही द्यायची माझी तयारी आहे.''

त्यावर बिरबल म्हणाला, ''पण महाराज, जे गुरु त्याला ज्ञान देणार आहेत, त्यांची अशी अट आहे की आर्थिक मदत करणाऱ्या माणसानं त्यांचा जोडा थोबाडात मारून घेतला पाहिजे.'' ते ऐकून त्या ब्राह्मणाच्या घरातले सगळेजण चिडले. पण ब्राह्मण शांतपणे म्हणाला, ''माझ्या हातून जर पुण्यकर्म होणार असेल, आणि एक ब्राह्मण मुलगा वेदसंपन्न होणार असेल तर माझी जोडा खायची तयारी आहे.''

त्यावर 'गुरुंना भेटून कळवतो,' असं सांगून बिरबल बादशहाला घेऊन बाहेर आला. बाहेर आल्यावर तो बादशहाला म्हणाला, ''सरकार, या ब्राह्मणाकडे पैसा आहे, ज्ञान आहे, त्यागशील, दानशील वृत्ती आहे, तो सहनशीलही आहे, चांगल्या कामासाठी त्रास सोसण्याची त्याची तयारी आहे. त्यामुळे आज त्याच्याकडे जे वैभव आहे ते नंतरही राहील आणि मृत्यूनंतरही त्याला स्वर्ग प्राप्त होईल. थोडक्यात आज आहे आणि नंतरही आहे, याचं हे जिवंत उदाहरण आहे.''

बादशहानं संतोषानं मान डोलावली. मग पुढे काही अंतरावर त्यांना एक भिकारी दिसला. त्याला एका कनवाळू बाईनं भरपूर अन्न वाढून दिलं. बिरबल त्याच्याजवळ जाऊन म्हणाला, ''आम्ही दोघं खूप गरीब आहोत. दोन दिवसांचे उपाशी आहोत. तुझ्यातलं थोडं अन्न आम्हाला देशील का?''

त्यावर तो त्यांच्यावर खेकसून म्हणाला, ''आले मोठे उपाशी गरीब. मेहनत करा जरा. मी पण घसा फोडून भीक मागितली तेव्हा हे मिळालं. तेही तुम्हाला देऊन टाकू का? चला, चालते व्हा इथून.''

बिरबल आणि बादशहा तिथून पुढे निघून गेले. बिरबल म्हणाला, ''सरकार, या भिकाऱ्याच्या या अशा वृत्तीमुळे तो कधीच सुखासमाधानानं जगू शकणार नाही. त्याला फक्त स्वत:च्या पोटाची भूक कळते. दुसऱ्याच्या वेदना जाणवत नाहीत. अशा स्वार्थी माणसाकडे आजही काही नाही आणि नंतरही त्याला काही मिळणार नाही.''

बादशहानं मान डोलावली. पुढे एक मंदीर दिसल्यावर बिरबल बादशहाला घेऊन तिथे गेला. तिथे एक प्रसन्न चेहऱ्याचे साधूबाबा बसलेले होते. त्यांना नमस्कार करून बिरबलानं खिशातून दहा सुवर्णमुद्रा काढून त्यांना दिल्या. साधूबाबांनी हसून त्याला सांगितलं, ''ते पैसे परत घे बाळ. माझ्यासारख्या संन्यासी माणसाला त्याचा काही उपयोग नाही. मला एका भगवंतावाचून दुसरं काही नको आहे.'' मंदिराच्या बाहेर आल्यावर बिरबल म्हणाला, ''खाविंद, या माणसाकडे आज काही नसलं, तरी पुढे त्याला उत्तम गती मिळणार आहे. स्वर्ग प्राप्ती तर होईलच, पण भगवंतही भेटतील. याचाच अर्थ, आत्ता जरी नसलं तरी नंतर असणार आहे, याचं हे बोलकं उदाहरण आहे.''

बादशहानं मान डोलावली. चालता चालता राजवाडा जवळ आला. बिरबल अचानक बादशहाकडे वळला आणि म्हणाला, ''सरकार, चौथ्या प्रश्नाचं उत्तर तुम्ही स्वत:च आहात.''

बादशहा चकित होऊन म्हणाला, ''ते कसं काय?'' बिरबल हसून म्हणाला, ''खाविंद, पूर्वपुण्याईच्या जोरावर मिळालेलं सर्व काही आज तुमच्याजवळ आहे. पण तुम्ही जर उदारहस्ते सर्वांचं कल्याण केलं नाहीत, तुम्हाला मिळालेल्या सत्तेचा, पैशाचा उत्तम विनियोग केला नाहीत, तर उद्या तुमच्याकडे काहीच उरणार नाही. त्यामुळे आत्ता जरी असलं, तरी नंतर कदाचित असणार नाही, असं होऊ शकतं.''

बिरबलाचं चातुर्य पाहून बादशहा थक्क झाला. त्यानं त्याची सर्व चारी उत्तरं मान्य केली आणि बोलल्याप्रमाणे त्याला एक हजार सुवर्णमुद्रा भेट म्हणून दिल्या.

तेच तर करतोय

अकबर बादशहा अत्यंत लहरी होता. त्याच्या मनात कधी काय येईल ते सांगता यायचं नाही. विशेषत: तो बिरबलाला कधीही अचानक कोणताही प्रश्न विचारायचा. त्या प्रश्नाला काही अर्थ असेलच याचीही खात्री नसायची. बाकीचे दरबारी लोक बिरबलाइतके हुशार नसल्यामुळे त्यांना मूर्ख ठरवून बादशहा रिकामा व्हायचा. पण बिरबल इतका हजरजबाबी होता की त्याच्याकडे प्रत्येक प्रश्नाचं उत्तर जरी नसलं तरी आपल्या प्रसंगावधानी स्वभावामुळे तो वेळ निभावून न्यायचा.

अशा प्रसंगांमुळे बादशहाची करमणूक व्हायची, बिरबलाच्या हुशारीची झलक सगळ्यांना पाहायला मिळायची, हे सगळं जरी खरं असलं तरी काही वेळा बादशहाच्या बोलण्यामुळे बिरबल दुखावलाही जात असे. पण काय करणार? शेवटी तो बादशहाचा नोकर होता. पण गप्प राहून सहन करेल तो बिरबल कसला? तो वेळ आणि संधी पाहून झाल्या अपमानाचा वचपा नक्की काढत असे.

एकदा अशीच कधीतरी बादशहानं बिरबलाची जिव्हारी लागेल अशी थट्टा केली होती. बिरबल दुखावला गेला होता आणि संधीची वाट पाहत होता. अशी संधी खूप दिवस झाले तरी मिळत नव्हती. शेवटी बिरबलानं ठरवलं की आपणच बादशहाला असा एक प्रश्न विचारू की त्याचं उत्तर त्याला देताच येणार नाही.

मग त्या दिवशी बिरबलानं छोट्या छोट्या गोष्टीचं निमित्त बादशहाची करून खूप स्तुती केली. त्याची त्यानं इतकी खुशामद केली की बादशहाच्या अंगावर मूठभर मांस चढले. तो गर्वानं फुगून बेसावध झालेला दिसल्यावर अचानक बिरबल त्याला म्हणाला, ''सरकार, तुमच्यासारख्या हिंदुस्थानच्या महान बादशहाच्या हाताखाली काम करण्याची मला संधी मिळाली हे मी माझं परमभाग्य मानतो. कृपा करून तुम्ही माझ्या एका प्रश्नाचं उत्तर दिलंत तर बरं होईल.

कारण माझ्या मनात एक शंका बरेच दिवस घर करून बसली आहे, पण मला काही त्याचं उत्तर सापडत नाहीये. आता तुम्हीच काहीतरी करू शकाल अशी आशा वाटतेय.''

हे ऐकून तर बादशहाची छाती गर्वानं फुगूनच गेली. तो मनात म्हणाला, ''अब आया उँट पाहड के नीचे! स्वत:ला इतका हुशार समजत असतो हा बिरबल नेहमी, आज आली ना अक्कल ठिकाणावर? आता तरी त्याला बादशहाचं महत्त्व कळेल.'' पण उघडपणे तो म्हणाला, ''अरे, विचार ना, जरुर विचार.'' बिरबल अत्यंत भोळसटपणाचा आव आणून म्हणाला, ''खाविंद, सूर्य रोज पूर्वेलाच का बरं उगवतो? एक दिवसही तो पूर्व सोडून इतर कुठल्याही दिशेला उगवत नाही. असं का बरं? विचार करून-करून माझ्या डोक्याचा भुगा झाला अक्षरश:.'' बिरबलानं विचारलेला हा बिनबुडाचा प्रश्न ऐकून बादशहाला हसूच आलं.

तो म्हणाला, ''कमाल करतोस बिरबल तू तरी! या साध्या प्रश्नाचं उत्तर तुला समजलं नाही? अरे, एखाद्या मूर्खाला विचारलंस तरी तो उत्तर देईल या प्रश्नाचं!''

त्यावर बिरबल पटकन म्हणाला, ''हो ना सरकार, मी तेच तर करतोय!'' बिरबलाचं बोलणं ऐकून बादशहा एकदम चपापला. बिरबलानं अत्यंत शिताफीनं आपलेच दात आपल्याच घशात घातल्याचं पाहून तो मनातल्या मनात शरमिंदा झाला अगदी. पण बिरबलाच्या हुशारीपुढे त्याचं काय चालणार? त्यानं पटकन विषय बदलला. बिरबल गालातल्या गालात हसून खाली बसला.